తెలంగాణ తేజోమూర్తులు

ఇల్లిందల సరస్వతీదేవి

 నవచేతన పబ్లిషింగ్ హౌస్

TELANGANA THEJOMOORTHULU

- Illindala Saraswathidevi

ప్రచురణ నెం.	:	198/89
ప్రతులు	:	1000
తొలి ముద్రణ	:	1974
ఎన్.పి.హెచ్. ప్రథమ ముద్రణ	:	నవంబర్, 2017

వెల: ₹ **70/-**

ప్రతులకు:

నవచేతన పబ్లిషింగ్ హౌస్

గిరిప్రసాద్ భవన్, బండ్లగూడ(నాగోల్) జి.ఎస్.ఐ. పోస్ట్
హైదరాబాద్-500068. తెలంగాణ. ఫోన్స్:24224453/54.
E-mail: navachethanaph@gmail.com

నవచేతన బుక్ హౌస్

ఆబిడ్స్, సుల్తాన్ బజార్, యూసఫ్ గూడ, కూకట్ పల్లి, బండ్లగూడ(నాగోల్),
వనస్థలిపురం-హైదరాబాద్. హన్మకొండ, కరీంనగర్, ఖమ్మం.

ముద్రణ : నవచేతన ప్రింటింగ్ ప్రెస్, హైదరాబాద్.

ఒక్కక్షణం....

1969లో ప్రత్యేక తెలంగాణా ఉద్యమం, 1972లో ప్రత్యేక ఆంధ్రా ఉద్యమంతో రాష్ట్రంలో రాజకీయ, సామాజిక, సాంస్కృతిక సంఘర్షణలు నెలకొన్న నేపథ్యంలో ఇల్లిందల సరస్వతీదేవి గారు ఈ పుస్తకం రచించారు.

పాఠకులు ఈ జీవన రేఖలు చదివే ముందు మరొక అంశాన్ని గమనించాలని మా విన్నపం. ఈ తేజస్వంతుల జీవనయానాన్ని రాసి ప్రచురించిన కాలంలో (1974) ఇందులో పలువురు సజీవులే అందుకే రచయిత్రి తన రచనను ఆ దృష్టితో కొనసాగించారు. ప్రస్తుతం నవచేతన యథాతథంగా పునర్ముద్రిస్తోంది.

నవచేతన పబ్లిషింగ్ హౌస్

హైదరాబాద్

తొలిపలుకు

౧౯౪౭ (1947) సంవత్సరానికి పూర్వం భారతదేశ పరిస్థితులకూ, యీనాటి పరిస్థితులకూ ఎంతో వ్యత్యాసం వున్నది. నిజానికి అదొక యుగము; ఇదొక యుగము. ఆ యుగంలో భారత జాతీయ జీవనానికి మార్గదర్శకులైన తేజోమూర్తులు ఆ సేతు హిమాచల పర్యంతమైన అన్ని ప్రదేశాలలోను గోచరిస్తున్నారు. వారి సంస్మరణ మనకు పవిత్రమైనది. వారందరు యే ప్రాంతం వారైనప్పటికిని భారత స్వాతంత్ర్య ప్రాప్తికి, భారతీయ సంస్కృతీ వికాసానికి ఆత్మార్పణ గావించిన త్యాగమూర్తులు. ఇటువంటి త్యాగమూర్తుల చరిత్రలు పది ఈ చిరుపొత్తములో ఉన్నవి.

౧౯౫౬ (1956) సంవత్సరానికి పూర్వము హైదరాబాద్ రాష్ట్రము ఆంధ్ర, మహారాష్ట్ర, కర్ణాటక ప్రాంతాలు కలసి వుండిన రాష్ట్రము. ఇందులో తెలంగాణ ప్రాంతానికి వైశాల్యము, జనాభా దృష్ట్యా మొదటి స్థానము. అయితే రాజకీయంగాను, సాంఘికంగాను ఎంతో వెనుకబడినదీ ప్రాంతము. ఈ ప్రాంత అభివృద్ధి కొరకు ఈ గ్రంథంలో పేర్కొన్న పది మంది ఎంతోకృషి చేసినారు. ఇంకా వీరికి సహచరులు, అనుచరులు ఎందరో వున్నారు. వారందరు మహానుభావులే. తెలంగాణా ప్రాంతాన్ని జాగృతం చేయడంలో యీ పదిమంది చేసిన కృషి చరిత్రాత్మకమైనది. రాజాబహద్దురు వేంకట్రామరెడ్డి గారు ప్రత్యక్షంగా రాజకీయాలలో పాల్గొనక పోయినప్పటికిని పరోక్షంగా నిర్మాణాత్మకమైన రాజకీయ దృక్పథం కలిగి యెందరినో ప్రోత్సహించినారు. విద్యా, వైజ్ఞానిక వ్యాప్తి కొరకు వారు చేసిన కృషి, ఇచ్చిన చేయూత యెన్నడూ మరువలేనిది. సురవరం ప్రతాపరెడ్డి గారు గోలకొండ పత్రిక ద్వారా, తమ ఇతర రచనలు ద్వారా ప్రజలలో సాంఘిక, రాజకీయ, సాంస్కృతిక చైతన్యం కలిగించడానికి కృషి చేసినారు. అయితే ఈ యిద్దరు వాస్తవానికి విద్యారంగానికి చెందినవారు. ఈ సందర్భంలో తెలంగాణ ప్రాంతంలో రాజకీయ చైతన్యం కలిగించడానికి కృషి చేసిన మార్గదర్శకులు యెవరని ప్రశ్నిస్తే, మరొక యిద్దరిని మనము పేర్కొనవలసి వుంటుంది. ఒకరు ఆంధ్ర పితామహ మాడపాటి హనుమంతరావు పంతులు గారు. రెండవవారు రావి నారాయణరెడ్డి గారు, ఒకరు మితవాది; రెండవవారు అతివాది. ఒకరు జైలుకు ఎన్నడూ వెళ్లలేదు. మరొకరు దేశ స్వాతంత్ర్యానికి కాంగ్రెస్ నిర్వహించిన పోరాటంలో జైలుకు వెళ్లినవారిలో మొట్టమొదటి వారు. ఒకరు గోఖలే ప్రభృతులచే

ప్రబోధితులై జైలుకు యావజ్జీవితము కాంగ్రెస్ వాదిగా నిలిచినారు, రెండవవారు గాంధీ మహాత్మునిచే ప్రబోధితులై సామ్యవాదిగా పరివర్తన పొంది, తుదకు కమ్యూనిస్టు నేతగా పరిణతి చెందినారు. అందుకొరకే యీ ఇద్దరిని రెండు ముఖ్యమైన గ్రహాలుగా మనము పేర్కొనవచ్చును. ౧౯౪౭ (1947) వరకు తెలంగాణ ప్రజాహిత జీవనము యీ ఉభయుల మితవాద అతివాదాల మధ్య విస్తరిల్లినది.

ఈ పదిమంది జీవితచరిత్రలను క్రోడీకరించిన శ్రీమతి ఇల్లిందల సరస్వతీదేవి గారు సుప్రసిద్ధ రచయిత్రి. ఆమె అనేక గ్రంథాలు వ్రాసి, తెలుగులో విభిన్న సాహిత్య ప్రక్రియలను సంపన్నము గావించిన విదుషీమణి, ఆంధ్రలో పుట్టి తెలంగాణలో మెట్టిన శ్రీమతి సరస్వతీదేవి గారు యీ రెండు ప్రాంతాల మధ్య వంతెన వంటివారు. ఈ గ్రంథములో వారు చేర్చిన తేజోమూర్తులందరు వారికి సుపరిచితులు, అందుచేత వివరాలతో కూర్చిన జీవిత చిత్రము యీ గ్రంథములో కనిపిస్తున్నది. వ్యక్తి జీవిత చిత్రణము ఒక సాహిత్య ప్రక్రియ. ఇతర సాహిత్య ప్రక్రియలన్నిటి వలెనే కొంత శిల్పము యిందులోను అవసరం ఆ శిల్పకళలో శ్రీమతి సరస్వతీదేవి గారు అందె వేసిన చేయి అని యీ చరిత్రలు ఋజువు చేస్తున్నవి.

ఈ పదిమందిని గూర్చి శ్రీమతి ఇల్లిందల సరస్వతీ దేవి గారు మనకు ఎన్నో వివరాలను తెలిపినారు. వారి జననము, జన్మస్థలము, విద్యాభ్యాసము. వృత్తి విశేషాలు, యితర వ్యాసంగాలు మనకు తెలియజేసి, వారి స్వభావ వివరాలను, శీలసంపదను హృద్యంగా వ్యక్తీకరించినారు. వీరిలో కొంత మందితో కలసి పనిజేసే అవకాశము శ్రీమతి సరస్వతీ దేవి గారికి లభించినది. ఈ ప్రాంతములోని జాతీయ ఉద్యమాలతో, విశేషించి మహిళా సంక్షేమ ఉద్యమాలతో సంబంధము కలిగి ఉన్నందున శ్రీమతి ఇల్లిందల సరస్వతీ దేవి గారు తమ కర్తవ్యాన్ని ప్రతిభావంతంగా నిర్వహించినారు. ఈ గ్రంథానికి నా హృదయ పూర్వక సుస్వాగతము.

ఈ నాటి తరము వారికి యీ తేజోమూర్తులు పరిచితులు కాకపోవచ్చును. కాని వీరి జీవితాలు నేటి తరానికే గాక ముందు తరాలకు గూడ వెలుగుబాటలే. అందుచేత మన యువతీ యువకులందరికి యీ గ్రంథము ఆవశ్య పఠనీయము. ఒకనాటి చరిత్రను తెలుసుకొనడానికేగాక తమ జీవితాలను సరియైన మార్గములో మలచుకోవడానికి గూడ యీ పుస్తకము మన యువతీ యువకులకు ఉపయుక్తము కాగలదని నా విశ్వాసము.

హైదరాబాద్ — దేవులపల్లి రామానుజరావు
08.04.1974

నా మాట

మతాలు, జాతులు, భాషలు, కులాలు, వర్గాలు అనేకంగా ఉన్న దేశం మనది. ఒక భాషలోనే ప్రాంతానికొక రకమైన మాండలీకం ఉన్నది. భారతీయులందరి నాగరితా సంస్కృతులకు మూలం ఒకటే అయినా భావసమైక్యత జాతీయ సమైక్యత (Emotional and National Integration) లకు గట్టి పునాదులు లేకపోవటానికి పైన చెప్పబడినవే

ప్రధాన కారణాలు. ఒక ప్రాంతాన్ని గురించి మరొక ప్రాంతీయులకు సరిగా తెలియక పోవటమూ, ప్రజలకు ప్రాంతీయాభిమానాలు రవంత అధికంగా ఉండటం కూడా పై వాటిలో చేరినవే. ఏకత్వంలో నుండి కలిగిన భిన్నత్వమే మనలో మనకు పొరుపులు పుట్టించి విడదీయటానికి ఇతరులకు అవకాశమిచ్చింది-ఇస్తున్నది. ఇతరులకు అవకాశము కలగకుండా వుండాలంటే మనమధ్య సౌభ్రాతృత్వము పెంపొందించాలి. విభేదాలకు ఆస్కారమైన పరిస్థితులలో కూడా రామలక్ష్మణ భరితశత్రుఘ్నుల మధ్య పొరుపు పుట్టించడానికి ఎవరికీ సాధ్యము కాలేదన్న విషయము మనము మరువరానిది.

మనిషికీ మనిషికీ మధ్య అనుబంధం కలిగి దృఢపడాలంటే ఒకరిని గురించి ఒకరు స్థితిగతులతోసహా బాగా అర్థం చేసుకోవాలి. అప్పుడే భావ సమైక్యత కలుగుతుంది. సౌభ్రాతృత్వానికి అవకాశమేర్పడుతుంది. జాతీయ సమైక్యతకు దోహదమిచ్చినట్లవుతుంది.

మన దేశంలో సాంఘిక ఆర్థిక, రాజకీయ విద్యా, సాంస్కృతిక చైతన్యం ప్రాంతానికొక విధంగా జరిగింది. ఆచారాలు, సంప్రదాయాలు కూడా భిన్న భిన్నరీతులలో వున్నాయి. ఒక్కొక్క ప్రాంతం ఒక్కొక్క విషయంలో ముందడుగు వేయగలిగింది. వెనుకబడిన ప్రాంతాలు కూడా కాలక్రమేణ అభ్యుదయాన్ని సాధించుకోగలిగాము. ఏ ప్రాంతంలోనైనా అక్కడి అభ్యుదయాన్ని సాధించిన త్యాగమూర్తులు వుంటారు. ఎటువంటి పరిస్థితులలో వారెంత త్యాగం చేసి తమ ఆశలనూ ఆశయాలను సఫలీకృతం చేసుకుని వెలుగుబాటలు వేశారో తెలుసుకోవటం భావసమైక్యతకూ జాతీయ సమైక్యతకు దోహదకారి. వెలుగుబాటల వెనుక కొండంత చీకటి ఉన్నది. ఆ చీకట్లను ఛేదించి వెలుగు బాటలు

వేసిన వారిని స్మరించటము వారి అడుగు జాడలలో నడవటము యువతరం యొక్క విద్యుక్త ధర్మం.

"ధనం దాచగలం గాని తేజస్సును దాచగలమా?" అంటారు మహాకవి దాశరథి. అవును! తేజస్సును దాచటం ఎవరి తరం? తేజస్సుల తాలూకు కాంతి పుంజాలు ఎంతెంత దూరమో ప్రసరించి చీకట్లను పారద్రోల గలిగినవి.

"నా తెలంగాణ కోటిరతనాల వీణ" అని సగర్వంగా చెప్పుకుంటారు దాశరథి. ఆ వీణ మీద మంగళ గీతిక నాలాపించటానికి అనువుగా తీగెలు వేసి స్వరం కట్టిన మహానుభావులెందరో ఉన్నారు. అందరికీ నా ప్రణామాలు.

"వీర తెలంగాణ నేను కోరేది" అంటారు మహాకవి డాక్టర్ నారాయణ రెడ్డి. వీర తెలంగాణలోని ప్రముఖులైన పదిమంది తేజోమూర్తులను మాత్రమే ఈ చిన్న గ్రంథంలో స్మరించటం జరిగింది.

మొదటి ప్రచురణకు రచయిత్రి రాసింది.

ఈ తేజోమూర్తుల తేజస్సు ఎంత కాంతివంతమైనదో సోదరుడు శ్రీ శీలా వీర్రాజు గారు ముఖపత్రం మీద చూపిస్తున్నారు. వారికి నా కృతజ్ఞతాభి వందనాలు.

ఈ గ్రంథానికి పరిచయ వాక్యాలు లిఖించిన సోదరుడు శ్రీ దేవులపల్లి రామానుజరావు గారికి నమఃపరంపర.

అరుగో పదిమంది! ఆ తేజోమూర్తులను గురించి ఒక్కసారి చదివి స్మరించండి.

రచయిత్రి

విషయ సూచిక

రాజాబహద్దురు వేంకటరామారెడ్డి గారు

ఈ విశాలవిశ్వంలో ప్రతిక్షణమూ కోట్లకొలదీ బిడ్డలు జన్మిస్తున్నారు. పుట్టిన వారందరూ పేరు ప్రఖ్యాతులు ఆర్జించలేరు. వారిలో ఏ కొందరో - వేళ్ళ మీద లెక్క పెట్ట గలిగినంతమంది మాత్రమే మహాపురుషులుగా రూపొందగలుగుతారు.

వాల్మీకి స్థాయిలో వితరణ బుద్ధిగల విశాల హృదయుడూ, దృఢ వ్రతుడూ అయిన వ్యక్తి ఇటీవలి కాలంలో ఎవరని ప్రశ్నించుకుంటే - తెలంగాణలో మహబూబ్‌నగర్ జిల్లా పాలమూరు గ్రామంలో జన్మించిన పాశం వేంకటరామారెడ్డి గారని ధైర్యంగా జవాబు చెప్పుకోవచ్చును. వారు అణువై పుట్టి, మేరువుగా ఎదిగిన వ్యక్తి. రెడ్డిగారు పట్టభద్రులుగారు. ఆంగ్ల విద్యాభ్యాసం చెయ్యలేదు. న్యాయశాస్త్రమూ రాజ్యాంగ చట్టమూ ఎరుగరుకాని, మనిషిగా పేరుపొందారు.

రెడ్డి గారు సామాన్యులుగా పుట్టి, బాల్యంలో భట్రాజుల వద్ద పెద్దబాలశిక్ష, సుమతిశతకము, నరసింహశతకము, భారత, భాగవతాలు చదవటమూ, కూడికలూ తీసివేతలూ వడ్డీ లెక్కలు నేర్చుకుని - తొమ్మిది సంవత్సరాల తరవాత ఉర్దూ, పార్శీ భాషలు వనపర్తిలో మౌల్వీ వద్ద అభ్యసించి - హిందువు అయినప్పటికీ నిజాం ప్రభువు వద్ద యాభైమూడు సంవత్సరాలు విశ్వాసపాత్రుడయిన ఉన్నతోద్యోగిగా పోలీసు శాఖలో పనిచేసి - మహమ్మదీయులతో ప్రాణమిత్రుడుగా సంచరించి - హిందువుల తలలో నాలుకగా మెలగి - ఆంధ్రులకు సాంఘిక సాంస్కృతిక విద్యావైజ్ఞానికాభివృద్ధిని కలిగించడానికి పాటుబడి - పేరు ప్రఖ్యాతులు తెచ్చుకుని మాన్యులయినారు. తెలంగాణ విక్రమసింహులలో అగ్రగణ్యులు వేంకటరామారెడ్డి గారు.

నలభై ఎనిమిది సంవత్సరాల ప్రభుత్వోద్యోగమూ, ఐదు సంవత్సరాల కాలము నిజాం ప్రభువు స్వంత ఎస్టేటయిన సర్ఫెకాస్‌లో ఉద్యోగమూ మొత్తము యాభైమూడు సంవత్సరాల కాలము ఉన్నత పదవినలంకరించి హిందువులనూ మహమ్మదీయులనూ

మెప్పించగలిగిన రెడ్డిగారి ప్రతిభా సామర్థ్యాలు అనన్య సామాన్యమైనవి. అప్పటి హైదరాబాద్ రాష్ట్రములో ఉన్న ఒక కోటి నలభై నాలుగు లక్షల ప్రజలలో డెబ్బది లక్షలు ఆంధ్రులు. వారిలో ఎంతో మంది పండితులూ, విద్యాధికులూ, ధనవంతులూ ఉన్నారు. ఇంత మందిలో ఆంగ్ల విద్యా పరిచయం లేనివారూ ఆధునిక నాగరికత అబ్బనివారూ చాలా సామాన్యులూ అయిన రెడ్డిగారు నిజాం ప్రభువు దృష్టిలో చాలా ఉన్నతులూ విశ్వాస పాత్రులూ అభిమానీ కావటం చాలా విచిత్రమైన విషయము.

తూర్పు దిక్కువ ఉదయించే జగచ్చక్షువును ప్రాతఃకాలాన చూడగానే భారతీయులు చేతులు జోడిస్తారు. తెలంగాణ వారికి రెడ్డిగారు వెలుగుబాటలు వేసిన తేజోమూర్తి - ప్రాతఃస్మరణ.

దానికి కారణం?

రెడ్డిగారు పొందిన ఆ గౌరవానికి విద్యగాని, ధనము గాని కారణం కాదు. వారిలో నిక్షిప్తముగా ఉన్న అపారమైన సహజ గుణసంపదే దీనికంతకూ కారణము. వారి శక్తి సామర్థ్యాలూ - సమ్యక్ దృష్టీ - ధర్మసూక్ష్మతా - సేవాభిలాషా ప్రబల కారణాలు.

కాని ప్రపంచములో కష్టపడి పైకి వచ్చిన వారిలో చాలా మంది నవ్వు ముఖాలతో అరచేతులతో నిప్పులు పట్టుకున్నవారే.

పితృవిహీనులయిన రెడ్డిగారు మేనమామ అండజేరి విద్యాభ్యాసం చేస్తూ ఉండగా ఆయన కూడా కరవైనారు. మేనమామ ఉద్యోగములోకి బదిలీ అయి వచ్చిన పఠాన్ మహమ్మద్‌ఖాన్ ఈ పదిహేడు సంవత్సరాల రెడ్డిగారికి తమ పోలీసు శాఖలో ఉద్యోగ మిప్పిస్తానని వాగ్దానముచేసి వెంట తీసుకువెళ్ళాడు.

పోలీసు ఉద్యోగానికి ఆజానుబాహువూ మంచి ఆరోగ్యవంతుడూ కావాలి. రెడ్డి గారు ఆ ఉద్యోగానికి కావలసినంత పొడగరీ కాదు - తగిన శారీరక పుష్టి లేదు. కాని - ఎత్తుబూట్లు తొడుక్కుని - దళసరి బట్టలు ధరించి పఠాను వెంట వచ్చిన రెడ్డిగారిని చూసి అధికారులు “ఇంత చిన్న పిల్లవాడికి ఉద్యోగమేమిటి? ఇంకా కొంత కాలంపాటు చదువుకోనివ్వండి. అవసరమైతే నెలకు ఏభయి రూపాయల ఉపకారవేతనమిద్దాం” అన్నారు. కాని రెడ్డిగారి అవసరాలు వాళ్ళకేం తెలుసు? ఏ విధంగానయినా రెడ్డిగారికి ఉద్యోగమిప్పించి సహాయం చేయాలన్న పట్టుదలతో ఉన్నాడు పఠాను. ఆ రోజుల్లో నిజాం రాష్ట్రంలో ప్రభుత్వోద్యోగాలలో ఆంగ్లేయులు ప్రముఖ స్థానాలలో ఉన్నారు. జిల్లా పోలీసు డైరెక్టరుగా ఉన్న ఆంగ్లేయుడి సహాయంతో అధిక ప్రయత్నంతో రెడ్డిగారికి పోలీసు సార్జంటుపని

లభించింది. ఆర్డర్స్ చేతి కందాయి. నెలకు అరవై రూపాయల జీతం. గుఱ్ఱపు స్వారీ, దాని అలవెన్స్ క్రింద నెలకు ఇరవై రూపాయలు. మొదటి ఉద్యోగపుటూరు లింగుసూనూరు. అక్కడికి తహసీల్దారుగా వచ్చిన మౌల్వీ ఫాబాభ్ గారితో పరిచయ మేర్పరచుకొని, వారి దగ్గర ఉద్యోగములో ఎదుర్కొనవలసిన సమస్యలూ పరిష్కార మార్గాలూ మొదలైన మెలకువలు తెలుసుకునే వారు. ఆయనే రెడ్డిగారికి గురువై, ఉర్దూ భాషలోని కవితలను వినిపించి - చదివించి - వారిచేత కవిత కూడా వ్రాయించారు.

పేదరికంలో పెరిగిన అదృష్టవంతులు రెడ్డిగారు. అది మొదలు జీవన కుటీరాన్ని ఇటుక తరువాత ఇటుకను పేర్చి కట్టుకున్న దిట్ట. క్రమనిష్ఠ కఠిన దీక్షాది గురుగుణాలను అలవరుచుకున్న దృఢవ్రతుడు.

నిజాం రాష్ట్రంలో ఏ ఊరు చూసినా హిందూ మహమ్మదీయుల కలగలుపు. హిందువుల పండుగలు వచ్చినా మహమ్మదీయుల పండుగలు వచ్చినా కలహాలు జరగటం తథ్యము, రెడ్డిగారు ముందుగానే అతిచాతుర్యంతో - యుక్తి యుక్తంగా తగిన ఏర్పాట్లుచేసి కలహాలు జరగకుండా కాపాడేవారు. ఇటువంటి సంఘటనలు నాలుగయిదు చూసిన అధికారులకూ, ప్రజలకూ వీరి మీద భక్తి గౌరవాలు జనించి ఇనుమడింప నారంభించాయి.

రెడ్డిగారు జిల్లా పోలీసు సర్వాధికారిగా నియమితులయిన తరువాత కరీంనగరంలో ఎంత కాలమునుండో ఎందరో అధికారులు పట్టుకొనలేకపోయిన దొంగల గుంపును పట్టుకొన్నారు. మరొకసారి జిల్లా కలెక్టర్ గారి ఆఫీసు ఫైల్స్‌తోపాటు ఆరువేల రూపాయలు దొంగల పాలయ్యాయి. రెడ్డిగారు తమ సహజమైన యుక్తిశక్తులను ప్రయోగించి అపరాధులను పట్టుకొనగలిగారు. ఇవి రెండూ ఘనవిజయాలే. మొదటి విజయానికి ప్రభుత్వం ఆ కాలంలో ఏభయి రూపాయల విలువగల గడియారాన్ని బహూకరించింది. రెండవ విజయానికి బహుమానంగా నూట ఇరవై ఐదు రూపాయల విలువగల రిపీటర్ గడియారం లభించింది.

తమ శాఖాధికారులు పర్యవేక్షణ చేస్తారని ముందుగానే తెలుసుకుని రెడ్డి గారు తన డిపార్ట్‌మెంట్‌ను చక్కగా దిద్దుకునేవారు. ఒకసారి ఒక అధికారి రెడ్డి గారిని విశ్వామిత్ర పరీక్ష చేశాడు. డ్రిల్లు కూడా చేయించాడు. తప్పు పడదామంటే ఏమీదొరకలేదని బాధపడ్డాడు. రెడ్డిగారు వినయవిధేయతలతో మెలగి ఆయనవద్ద సర్టిఫికెట్ పొందారు. ఆయన రెడ్డిగారిని "చాలాక్ మనిషి" అంటూ మెచ్చుకుని - ఉద్యోగులందరూ వారివలె నడుచుకోవలెనని ఫర్మాన్ పంపారు. రెడ్డిగారికి బదిలీ అయినప్పుడల్లా జిల్లా కలెక్టర్లు "మాకు కుడిభుజం విరిగినట్టుంది" అనేవారు.

రెడ్డిగారు ఆంగ్లేయ ప్రభుత్వాధికారులను కూడా మెప్పించిన పోలీసు ఉద్యోగి.

రెడ్డిగారికి రాజకీయాలంటే ప్రాణం - కాని చేసేది పోలీసు ఉద్యోగము. ఉద్యోగ ధర్మము నెరవేర్చటంలో వారు ఎక్కువ శ్రద్ధ తీసుకునేవారు. రెడ్డిగారు ఔరంగాబాద్‌లో ఉద్యోగము చేస్తున్న రోజుల్లో - బొంబాయి నగరంలో లోకమాన్య బాలగంగాధర తిలక్ గారికి బ్రిటిషువారు రాజద్రోహము చేశారనే నెపము మీద చెరసాల శిక్ష విధించారు. బెంగాలులో రాష్ట్ర విభజనపై బెంగాలీలు విజృంభించి 'వందేమాతరం' గీతాన్ని ప్రచారం చేస్తూ హింసామార్గాన అలజడి చేస్తున్న రోజులవి. వాటి ప్రభావం ఔరంగాబాద్‌లోని యువకుల్లో ఉద్రిక్తత కలిగించింది. పాఠశాలల్లో విద్యార్థులు క్లాసులు వదలిపెట్టి వెళ్ళిపోయారు. 'వందేమాతరం' ప్రకటనలు వీధి గోడలకు అతికించారు. అధికారులు బాగా ఆలోచించి - ఈ అల్లర్లను అణచడానికి హిందువునే నియమించాలని భావించి రెడ్డిగారిని అక్కడికి బదిలీ చేశారు. అయితే రెడ్డిగారు ఆత్మద్రోహం చేసుకోలేదు. అట్లా అని ఉద్యోగ ధర్మాన్ని నిర్లక్ష్యమూ చేయలేదు. అలజడిదారులను కలుసుకుని భుజాలు తట్టి ఉద్రేకంతో పనులు కావని నచ్చచెప్పి, వాళ్ళను చల్లబరచారు. అటువంటి అల్లర్లు మళ్ళీ అక్కడ జరగలేదు.

ఆత్రాఫ్‌బల్దా అంటే సర్ఫేఖాస్. హైదరాబాద్ నగరం చుట్టూ ఉన్న గ్రామాలతో కూడిన జిల్లా. దీనిపైన వచ్చే ఆదాయము నిజాం ప్రభువుకు చెందుతుంది. ఈ బల్దాకు సమర్థుడైన పోలీసు ఆఫీసరు కావాలని నిజాంగారు ఆంగ్లేయాధికారితో సంప్రతించగా రెడ్డిగారి కంటే సమర్థులు లేరని చెప్పారట. అప్పుడు రెడ్డిగారిని నాలుగు వందల ఇరవై ఐదు రూపాయల వేతనము మీద నియమించారు. అక్కడ రెండు సంవత్సరాలు పని చేయగానే రెడ్డిగారి బంధువూ బాల్యమిత్రుడూ అయిన రెండవ రాజారామేశ్వరరావు బహద్దరుగారు ప్రభుత్వాన్ని సంప్రతించి, రెడ్డిగారిని తమ వనపర్తి సంస్థానానికి సెక్రటరీగా నియమించుకున్నారు. సుమారు రెండు సంవత్సరాల కాలము రెడ్డిగారు ఆ పదవిని అతి సమర్థవంతంగా నిర్వహించారు.

హఠాత్తుగా ఒకనాడు రెడ్డిగారికి నిజాం ప్రభువు దగ్గర నుండి పిలుపు వచ్చింది. రెడ్డిగారు గడగడలాడుతూ ప్రభువుల దేవిడీకి వెళ్ళేసరికి అప్పుడే నమాజ్ చేసుకుని వచ్చిన నిజాంగారు "మంచిది పో" అన్నారు. రెడ్డిగారు పరి పరి విధాలుగా పరుగులెత్తుతున్న మనసును అదుపులో పెట్టుకోలేక బాధపడుతూ ఇల్లు చేరుకునేసరికి పోలీసు కమిషనర్ పదవికి ఆర్డర్స్ బల్లమీద వున్నాయి.

ఈ నగర కొత్వాలు పదవిలో అంతకు పూర్వము పనిచేసిన వారందరూ మహమ్మదీయులు. హిందువు ఈ పదవిలోకి రావడం ఇదే ప్రథమము. ఆ కాలంలో

మధ్యహిందుస్థానం నుండి వచ్చిన థగ్గులదోపిడీలు ఘోరంగా ఉండేవి. దోచుకుని తెచ్చిన ధనాన్ని దొంగలూ, గోసాయిలూ, సన్యాసులూ, ఫకీర్లూ పంచుకునేవారు, అసఫ్‌నగరు గుట్ట సమీపాన ఉన్న దేవాలయములో వీరి నివాసము. ఆనాడు దోపిడీలు ఎంత ఘోరంగా ఉండేవో శిక్షలు కూడా అంత ఘోరంగా వుండేవి. నగరంలో అరబ్బులు హత్యలూ దోపిడీలు ఎక్కువగా చేసేవారు. ఒకసారి అరబ్బుల నాయకుడు పిల్లల తగాదాలలో కొత్వాలు చేత అవమానం పొంది - పోలీసు కనబడితే కాల్చివేయమని అరబ్బులకు ఆజ్ఞ ఇచ్చాడు. కాల్పుల ధాటికి ఆగలేక పోలీసులు యూనిఫారమ్ విడిచి కాలువలో పారవేసి పారిపొయ్యారు. ఇటువంటి సమయంలో రెడ్డిగారు నిర్భయంగా అరబ్బు నాయకుడిని కలుసుకుని యుక్తితో శాంతిని నెలకొల్పారు.

రెడ్డిగారికి పూర్వము కొత్వాలు పదవి నలంకరించిన వారందరూ బ్రిటీషు ఇండియాలోని కమిషనర్లు నడుచుకునే పద్ధతులనే అనుసరించారు. కాని రెడ్డిగారు క్రొత్త మార్గాలను అనుసరించారు. పూర్వపు కొత్వాలుల పేర్లు చెబితేనే ప్రజలు గడగడ లాడేవారు. వారి చేతుల్లో నుండి బయటపడటమంటే పునర్జన్మ ఎత్తినట్లే. కాని రెడ్డిగారు శాంతమూర్తి; ప్రజారంజకుడు; బీదలపాలిటి కల్పవృక్షము.

రెడ్డిగారు కమిషనర్ పదవికి వచ్చేసరికి కాలం మారింది. భారతదేశంలో సహాయ నిరాకరణోద్యమం విజృంభణంగా సాగుతున్నది. చెరసాల శిక్షలూ - లాఠీ ప్రయోగాలూ - తుపాకీ కాల్పులూ ఆర్డినెన్స్‌లూ విరివిగా ప్రయోగానికి వచ్చాయి. అప్పుడు లార్డ్ రీడింగ్ వైస్రాయి. గాంధీగారి అహింసాతత్వము బ్రిటీషువారి కాళ్లూ చేతులూ కదలనీయకుండా చేసింది. అక్కడి గాలిదుమారం నిజాం రాష్ట్రంలోకి కూడా విసిరింది. ఆనాడు రాజకీయ వాతావరణ మెట్లా ఉన్నా నిజాంరాష్ట్రంలో హిందూ మహమ్మదీయులు భాయీభాయీ అనుకునేవారు. రాష్ట్రేతరులు వచ్చి ఆందోళన చేశారు. కొందరు అహమ్మదాబాద్ నుండి వచ్చి రెసిడెన్సీ కోఠీ మీదా - రెసిడెన్సీ న్యాయస్థానం పైనా పడి తలుపులూ అద్దాలూ పగలగొట్టారు. ఎక్కడేమీ జరుగుతుందోనన్న భయం ప్రభుత్వానికి లేకపోలేదు. అప్పుడు రెడ్డిగారు గుంపును చెదరగొట్టి ప్రజలకు శాంతి మార్గాలను బోధించి, అహమ్మదాబాద్ నుండి వచ్చిన వారిని పట్టుకుని రాష్ట్రం నుండి వెళ్లగొట్టారు.

కొత్వాలు పదవి కత్తిమీది సామువంటిది. అందులో హిందువులకు గండ కత్తెర వంటిది. నవాబులూ రాజులూ తమకు అనుశ్రుతంగా వస్తున్న అధికారాలను వదులుకోరు. వారు ఎటువంటి అక్రమమైన పనులు చేసినా చూడనట్టే ఉండాలి. చూసి ఏమాత్రం అధికారం చూపించినా పరమ శత్రువుగా భావిస్తారు. నవాబుల కాలంలో హిందువులకు జరిగే

అన్యాయాలు మనసుకు పట్టించుకోనట్టే పైకి కనబడాలి. ప్రజాందోళనను అణచివేయడానికి అంతరాత్మ అంగీకరించదు. అణచకపోతే ఉద్యోగధర్మం దెబ్బతింటుంది. హైదరాబాద్ నగరం అనేకజాతుల మతాల మనస్తత్వాల వ్యక్తులకు సంచార భూమి అయింది. నడుముచుట్టూ బాకులూ మెడమీద తుపాకులతో తిరిగే అరబ్బులు – బీదలపాలిటి యమకింకరులయిన రోహిలాలూ, పఠానులూ – చెలరేగితే పట్టశక్యం కాకుండా విష్ణుచక్రాలను విసిరే సిక్కులూ – ఇంకా ఇటువంటి ఇతర జాతులతో కయ్యానికి కాలు దువ్వుతూ వుండే నగరం హైదరాబాదు. ఏ క్షణానికే ఆపద వచ్చి మీద పడుతుందోనన్న బెదురు ఒక ప్రక్కన వుండనే వుంటుంది. ఎవరికి ఏ సమయంలో ఏ అసంతృప్తి కలుగుతుందో? ఏ విషయంలో ఎవరికేమి కోపం వస్తుందో? రెడ్డిగారు మనసు నిరంతరమూ ఆందోళనతో ఊగిపోతూ వుండేది. అయితేనేమి? రెడ్డిగారికి గుండెబల మెక్కువ; పట్టుదల కలవారు. ఎవరినీ నొప్పించక – తానొవ్వక – అసిధారా వ్రతముతో ఉద్యోగ ధర్మాన్ని పై అధికారులచేత వేలెత్తి చూపించుకోకుండా నెరవేర్చిన యుక్తిపరులు. హిందూ మహమ్మదీయ నాయకులను చేతిలో ఇముడ్చుకున్న చతురులు. హిందూ మహమ్మదీయులు సమానంగా ఒక అధికారిని అభిమానించి – అత్యంత భక్తిగౌరవాలుచూపటం రెడ్డిగారి వంటి అదృష్టవంతుల పట్లనే సాధ్యము.

రెడ్డిగారు తన ఉద్యోగ ధర్మాన్ని ఒక విశిష్టమైన పంథాలో నిర్వహించారు. ప్రతి చిన్న అంశమూ ఒకరు చెప్పిన దానిమీద కాకుండా – తాము ప్రత్యక్షంగా కంటితో చూసిన తరువాతనే నిర్ణయము చేసేవారు. ఈ గుణమే ఉద్యోగ ధర్మాన్ని నిష్పక్షపాతంతో నిజాయితీతో నిర్వహింపచేసింది. ఈ గుణమే వారు చరచర అభివృద్ధిలోకి రావటానికి తోడ్పడ్డది.

రెడ్డిగారు ఆంగ్లభాష నేర్చుకోవటానికి ఒక ప్రబలమైన కారణమున్నది. జాతీయోద్యమం ముమ్మరంగా సాగుతున్న రోజుల్లో యువరాజు భారతదేశ పర్యటన తలపెట్టారు. ఆయన పర్యటనలో నిజాం రాష్ట్రం కూడా వున్నది. ఒక సంవత్సరం ముందుగానే రాష్ట్ర ప్రభుత్వానికి ఈ వార్త చేరింది. యువరాజుతో మాట్లాడవలసిన సందర్భం వస్తుందని రెడ్డిగారు ముందే ఊహించుకుని ఆంగ్లభాష నేర్చుకోవటం మొదలుపెట్టారు. ఉద్యోగ ధర్మాన్ని నిర్వహించటంలో ఊపిరి తిరగక కొట్టుమిట్టాడే రెడ్డిగారు తెల్లవారుఝామున లేచి పాఠాలు చదవటమూ – తప్పో ఒప్పో ఆంగ్ల భాషలో మాట్లాడటమూ ఎదుటివారు మాట్లాడిన దానిని అర్థం చేసుకోవటం వరకూ సాధించారు.

వేల్సు యువరాజు పంపిన టూర్ ప్రోగ్రాం ముందుగా రాష్ట్ర ప్రభుత్వానికి అందింది. వేల్సు యువరాజు నగరమంతా బగ్గీలో తిరుగుతారనగానే ప్రభుత్వానికి భయం పట్టుకున్నది.

ఆయన పట్టిన పట్టు విడిచే మనిషికాదు. రమణికోసం రాజ్యాన్నే త్యజించిన యువరాజాయన. నిజాం ప్రభువు, ప్రధానమంత్రి, రెసిడెంటు రెడ్డిగారిని పిలిపించి యువరాజు ప్రోగ్రాం సంగతి చెప్పారు. రెడ్డిగారు బాధ్యతనంతా తనపైన వేసుకుని – ఏర్పాట్లకు పూనుకున్నారు. సి.ఐ.డి.లను ఎక్కువ చేశారు. అనుమానమున్నవారిని బైటకి పంపించారు. మాజీ జిల్లా పోలీసు కమిషనర్‌ను పిలిపించి యువరాజు విడిది భవనానికి రక్షకులుగా నియమించారు. యువరాజు రాకకు పదిహేను రోజులు ముందుగా సిమ్లా నుండి డిప్యూటీ డైరెక్టర్ జనరల్ వచ్చి ఈ ఏర్పాట్లన్నీ స్వయంగా పర్యవేక్షించి తృప్తి పడ్డారు. యువరాజు వచ్చి బగ్గీలో నగర వీధులగుండా ఫలక్‌నుమా ప్యాలెస్‌కు క్షేమంగా వెళ్ళారు. ఆ రోజున మూడు నాలుగు లక్షల మంది ప్రజలు రాజవీధుల కిరుప్రక్కలా నిలబడి యువరాజును చూడగలిగారు.

యువరాజు ఐదు రోజులు నిజాం ప్రభువుకు అతిథిగా ఉన్నారు. పెద్ద ఎత్తున వారికి అక్కడక్కడ విందులు జరిగాయి. వాటినన్నిటినీ రెడ్డిగారు అధికారయుతంగా – నిరపాయకరంగా జరిపించారు. యువరాజు వెళ్ళేనాడు ప్రధానాధికారులనందరినీ తమ విడిదికి ఆహ్వానించి మాట్లాడి బహుమతులిచ్చి పంపుతున్నారు. రెడ్డిగారి వంతు వచ్చింది. రెడ్డిగారు "నాకు అంగ్రేజీ బాగా రాదు. అంగ్రేజీ బాగా వచ్చిన వారెవరైనా దగ్గరుంటే బాగు" అన్నారు. వేల్సు ప్రభువు నవ్వుతూ "మీకు ఇంగ్లీషు రాదు –నాకు ఉర్దూ రాదు. అయినా మన మిద్దరమే మాట్లాడుకుందా"మన్నారు. రెడ్డిగారిని ప్రక్కన కూర్చోబెట్టుకుని – ఆప్యాయంగా మాట్లాడి, తమకు జరిగిన అతిథి సత్కారానికి మెచ్చుకుని, వెండి సిగార్ కేసు బహుకరించారు. రెడ్డిగారికి చుట్ట అలవాటు లేదు. అయినా యువరాజు ప్రేమతో బహూకరించిన ఆ కేసును ప్రాణప్రదంగా దాచుకున్నారు.

రెడ్డిగారి ఉద్యోగ కాలంలో ఇర్విన్ వెల్లింగ్‌డన్ ప్రభువులు నిజాం రాష్ట్రానికి వచ్చి వారి ఆతిథ్యాన్ని పొందారు.

కొత్వాలు పదవిలోని ముఖ్యధర్మము నిజాం ప్రభువుగారి సేవ, ప్రతి రోజూ నిజాం ప్రభువును దర్శించి నగర విశేషాలను విన్నవించాలి. ఏ దేవతనైనా మెప్పించవచ్చు – గాని – నిజాం ప్రభువును మెప్పించటం సామాన్యమైన విషయం కాదు. ఉద్యోగం చేయటం ఒక ఎత్తూ – నిజాం గారి అభిమానాన్ని చూరగొనటం ఒక ఎత్తూ రెడ్డిగారికి. నిజాం ప్రభువు వద్ద రిటైరయిన తరువాత కూడా రెడ్డిగారు సెక్రటరీగా నియమింపబడ్డారు. నిజాంగారికి నజరానాలు తీసుకోవటమంటే చాలా ఇష్టము. జాగీర్దార్లూ సంస్థానాధీశులూ, సంపన్నులూ, ఉన్నతోద్యోగులూ ఎప్పుడూ నిజాంగారికి నజరానాలు సమర్పించి వారి ప్రశంసలు పొందుతూ వుండేవారు. నిజాంగారికి అంతటితో తృప్తి

కలిగేదికాదు. రెడ్డిగారిని పిలిచి "ఆ జాగీర్దారు ఇంటికి వెళ్దాము. ఈ సంస్థానాధిపతి ఇంటికి వెళ్దాము" అని బయలుదేరదీశేవారు. తరతరాలుగా వాళ్లు భద్రపరచుకున్న అపూర్వ వస్తుజాలాన్నీ వెలగల వస్తువులనూ, నవరత్న ఖచ్చితమైన ఖడ్గాలనూ కంటికి కనబడిన వింత వస్తువులనూ వాళ్ల యిళ్లల్లో నుండి తీసుకుని "మోటర్లో పెట్టు"మని రెడ్డిగారికి ఆదేశించేవారు. వాళ్ల పరిస్థితి చాలా జాలిగొలుపుతూ వుండేది. రెడ్డిగారది గ్రహించి "మీరు నిజాంగారికి సమర్పించదలచుకున్న వస్తువులనే కంటికి కనబడేటట్లు పెట్టండి" అని ముందుగానే వాళ్లకు కబురుచేసి - నిజాంగారివద్ద వారి విశ్వసనీయుడైన ఉద్యోగి వలె మెలగి - రహస్యముగా జాగీర్దార్లనూ, సంస్థానాధీశులనూ, సంపన్నులనూ రక్షించిన యుక్తిపరులు.

గాంధీజీ కూడా రెడ్డిగారి హయాములోనే నిజాం రాష్ట్రానికి వచ్చారు. అప్పుడు హెూం మినిష్టరుగా ఉన్న సర్ ట్రెంచ్‌గారు ఆ సమయంలో జరుగుతున్న ఖాదీ ప్రదర్శనలను గాంధీజీ చూడగూడదని నిషేధాజ్ఞ ఇచ్చారు. మహాత్ముడికి కోపం వచ్చి వెళ్లిపోవటానికి సిద్ధమయ్యారు. కాని - రెడ్డిగారు మహాత్ముడితో స్వయంగా మాట్లాడి, శాంతపరచి, తిరిగి వారి ప్రోగ్రాంలు అనుకున్నట్టుగా జరిపించారు.

1335 ఫసలీలో నిజాంప్రభువు తనజన్మదిన కానుకగా రెడ్డిగారికి రాజాబహద్దరు బిరుదు ప్రసాదించారు. ఆ సందర్భంలో నగరంలో ఎన్నో విందులూ ఉత్సవాలూ జరిగాయి. అది వర్ణించలేని కోలాహలం - పత్రికలలో అనేకంగా ప్రశంసలు.

రెడ్డిగారికి 1931లో (1340 ఫసలీలో) జార్జి చక్రవర్తి గారి నుండి ఓ.బి.ఇ. బిరుదు లభించింది.

రెడ్డిగారు పదవి నుండి 1934లో రిటైరయినారు. పెన్షన్‌కు బదులుగా వెయ్యి రూపాయలు ఇచ్చేటట్టుగా నిజాం ప్రభువు ఫర్మాన్ ఇచ్చారు. వారి సర్వీసు పదమూడు సంవత్సరాల కాలము ఎప్పటికప్పుడు పొడిగింపబడుతూ ఉండేది.

రెడ్డిగారికి గల విజ్ఞానము అనుభవమూ అపారమైనవి. అందుకు నిదర్శనము జుడిషల్ రెవెన్యూ పోలీసు ట్రైనింగ్ స్కూల్ అభ్యర్థులకు పరీక్షాధికారిగా నియమింపబడటమే.

పైదంతా ఉద్యోగపర్వము.

రెడ్డిగారి జీవితంలో సాంఘికసేవ ఒక ప్రత్యేకమైన పర్వము.

'స్టేట్ పాలిటిక్స్ ఇన్ ఇండియా' అనే గ్రంథములో, ఆంధ్రప్రదేశ్ అనే అధ్యాయములో హగ్ గ్రే, రెడ్లను గురించి ఈ క్రింది విధంగా వ్రాశాడు. (State Politics in India - The Andhra Pradesh by Hugh Grey).

The rise of the Reddis - Page 403.

Under the Nizam of Hyderabad the castes favoured for employment in the administration were local Brahmins, the khatris, and the khaistas, urdu-speeking townsmen who claim to have come originaly from the North of India with the Muslim Conquerors. There were Reddi holders of Jegirs (usually of Mustati sub caste) but Reddis were not prominent in administration or in politics.

One exception however was Raja Bahadur Venkatarama Reddy, who rose from Sargent of Police to Commissioner of Police in Hyderabad. He was much favoured by the Nizam of Hyderbad and became a wealthy man. In 1918 he established the Reddi Hostel, a boarding house for Reddis studying in Hyderabad. In the 1930s scholarships for poor but scholastically promising Reddis were also provided. As they became academically qualified the Reddis joined government services and the professions. As a result of attending the University and living in Hyderabd students became politically conscious and joined congress or communist parties.

Reddis of different sub-castes lived in the hostel together, and this may have been one of the reosons why in 1940s the Reddi sub castes began to intermarry. In villages such marriages are rare but they have become common among those living in the city and among the families of rural land - lords who have houses in Hyderabad.

పై విధంగా రెడ్డిగారు స్థాపించిన రెడ్డి హాస్టలు వల్ల రెడ్లలో విద్యావ్యాప్తి బహుళంగా జరిగింది. సంస్కారం తెలియకుండానే రెడ్డి కుటుంబాలలో ప్రవేశించింది. రెడ్డిగారు శాసనసభ్యులుగా ఉన్నప్పుడు నిజాం రాష్ట్రంలో వితంతు వివాహచట్ట మొకటి చేయించారు. ఆ కాలంలో ధనిక కుటుంబాలలో బానిసలు వుండేవారు. వాళ్లు వంశపారంపర్యంగా బానిస బ్రకులు బ్రతికేవారు. వాళ్ల పట్ల ధనికులు అమానుషంగా ప్రవర్తించే వారు. అప్పుడు హోం మినిస్టరుగా ఉన్న సర్ ట్రెంచిని రెడ్డిగారు సంప్రదించి శాసనసభలో శిశుసంరక్షక శాసనాన్ని చేయించారు. హరిజనులలో ఒక దురాచారం ప్రబలంగా వుండేది. కొందరు తమ బాలికలను మురళీలని, బసివిరాంద్రనే పేరుమీద వారిని యావజ్జీవమూ వ్యభిచారిణులుగా తయారుచేశారు. ఈ కళంకాన్ని తుడిచివేయటంలో రెడ్డిగారు అపారమైన కృషిచేశారు.

రెడ్డిగారు నగర పురపాలక సంఘాధ్యక్షులుగానూ సభ్యులుగానూ కొంత కాలము పనిచేశారు. డ్రైనేజీ స్కీములోనూ, ప్లేగు నివారణ సంఘములోనూ సభ్యులుగా వుండి

కృషిచేశారు. నగర శాఖాభివృద్ధి శాఖలో సభ్యులుగా వుండి నగరాన్ని అభివృద్ధి చేశారు. విక్టోరియా మెమోరియల్ ఆర్ఫనేజి కార్యనిర్వాహక సభ్యులుగా ఉండి దానినెంతో అభివృద్ధికి తీసుకువచ్చారు. డిచ్‌పల్లిలో కుష్ఠురోగ వైద్యాలయానికీ, సికింద్రాబాద్‌లో ఉన్న వృద్ధుల ఆశ్రమానికి ఎంతో సహాయం చేశారు.

రెడ్డిగారికి విద్యాభిమానము ఎంత ఉన్నదో రెడ్డి విద్యార్థి వసతిగృహ నిర్మాణం వల్ల వ్యక్తమవుతుంది. నిజాం రాష్ట్రంలో ప్రసిద్ధమైన శివరాజా బహద్దరు ఎస్టేటు కమిటీకి అధ్యక్షులుగా ఉన్న పదకొండు సంవత్సరాలలో ఆ ఎస్టేటు అప్పులన్నీ తీర్చటమేకాకుండా, పాఠశాలను నెలకొల్పి విద్యావ్యాప్తి చేశారు. హైదరాబాద్ రాష్ట్రంలో మాతృభాషలో విద్యగరపే పాఠశాలను నెలకొల్పాలని స్త్రీ విద్యాభిమానులైన శ్రీ మాడపాటి హనుమంతరావు గారు తలపెట్టారు. ఈ పాఠశాల పాలకవర్గానికి రెడ్డిగారు అధ్యక్షులు. సలహాలే కాకుండా ద్రవ్య సహాయం తానూ చేశారు. ఇతరులచే చేయించారు. ఈ పాఠశాల నగరంలోని బాలికా పాఠశాలలన్నిటిలో అగ్రస్థానమాక్రమించి - మాడపాటి హనుమంతరావు పాఠశాల అని ఇప్పుడు వ్యవహరింపబడుతున్నది. హైదరాబాద్ నగరంలో బర్కత్‌పురాలో రాజాబహద్దరు వెంకట్రామరెడ్డి కళాశాల వెలసింది. కళాశాల నిర్వహణ - భవన నిర్మాణం - అంతా రెడ్ల కృషే. ఆంధ్రప్రదేశ్ మాజీ ఉపముఖ్యమంత్రి కె.వి.రంగారెడ్డి గారి పట్టుదల. పాఠశాల ఏమి - బాలికా వసతి గృహాలేమి - కళాశాల ఏమి - ఇంతింతై - వటుడింతయైనట్టుగా అంబరచుంబితాలైన భవనాలతో అలరారుతున్నాయి. ఆ రెండు సంస్థల మధ్య నెలకొల్పబడిన రెడ్డిగారి విగ్రహం ఆ సంస్థలను చెయ్యెత్తి సదా దీవిస్తూ వుంటుంది.

హైదరాబాద్ నగరంలోనూ సికింద్రాబాద్‌లోనూ పరోపకారిణీ బాలికా పాఠశాల, ఎక్సెల్సియర్ మాధ్యమిక పాఠశాల (బాలుర కొరకు) గొల్లఖిడ్కీ బాలికా పాఠశాల మొదలైన వాటికన్నిటికీ రెడ్డిగారు అధ్యక్షులు.

రెడ్డిగారు స్వయంగా ఎన్నో సంస్థలను నెలకొల్పారు. ఎన్నో సంస్థలకు విరాళాలిచ్చారు. రెడ్డిగారికి నిజాం రాష్ట్రంలోని సంస్థానాధీశ్వరులందరూ బంధుకోటి మిత్రకోటిలోని వారు. ఆ కారణంచేత వారందరిచేత విరాళాలిప్పించే వారు. గద్వాల, అమరచింత సంస్థానాలు పండిత సన్మానాలకు పేరు పొందాయి. ఈ సన్మానాలకు నిజాం రాష్ట్రవాసులకు మాత్రమేనన్న పరిధిలేదు. వనపర్తి, జటప్రోలు, గోపాలపేట, పాపన్నపేట మొదలైన సంస్థానాల చేత ఎందరో విద్యార్థులకు ఉపకారవేతనాలిప్పించారు.

రెడ్డిగారు కవుల కెందరికో గ్రంథాలు అచ్చువేయించుకోవటానికి ధనసహాయం చేశారు.

రెడ్డిగారికి హరిజనుల మీద ప్రత్యేకమైన అభిమానం. వై.ఎం.సి.ఎ. కెదురుగా కట్టిన తమ భవనాల అద్దెను హరిజనాభ్యుదయానికే కేటాయించారు.

హైదరాబాద్ నగరంలో మహమ్మదీయ స్త్రీలకు లేడీ హైదరీ క్లబ్ ఉన్నది. దాని ద్వారా స్త్రీ జనాభ్యుదయాన్ని వారు సాధించుకుంటున్నారు. కాని హిందూ స్త్రీలకు ఎటువంటి సమాజమూ లేదు. ఆ లోపం లేకుండా రెడ్డిగారు బొగ్గులకుంటలో లేడీస్ రిక్రియేషన్ క్లబ్ నిర్మాణానికి పూనుకుని సాధించారు. ఆంధ్ర యువతీ మండలి భవన నిర్మాణానికి స్థలము కేటాయించటానికి కృషి చేశారు. బిల్డింగ్ కమిటీకి వారధ్యక్షులు.

ఎందరో ఉన్నతాధికారులు ప్రభుత్వోద్యోగాలు చేశారు. ధనార్జన చేశారు. గొప్ప గొప్ప బిరుదులు పొందారు. కాని రిటైరైన తరువాత వారి ఊరూ పేరూ తలచేవారుండరు. వారికి ప్రజాహృదయం తెలియదు. ప్రజాహృదయంలో వారికి స్థానమూలేదు. కాని - రెడ్డిగారు ప్రజాహృదయంలో పీఠంవేసుకుని కూర్చున్నారు. ఉద్యోగులు వారి సలహా సంప్రదింపులతో పైకివచ్చారు. ప్రజాభ్యుదయ సంఘాలలో కృషిచేసి పేరు తెచ్చుకున్నారు. సామాన్య ప్రజానీకంతోపాటు వ్యాపారస్తులూ, హిందూ, మహమ్మదీయులూ - అన్ని రంగాలలోని ప్రజానీకమూ వారిని నిరంతరం స్మరిస్తూ ఉంటారు.

సదాశయారాధనము సహృదయులకే సాధ్యము. జాతిమతాలు పాటించని రెడ్డిగారు అడగనివానిది పాపముగా సహాయము చేశారు.

పరోపకారాయ వహన్తి నిమ్నగాః
పరోపకారాయ దుహన్తి ధేనవః
పరోపకారాయ ఫలన్తి భూరుహాః
పరోపకారాయ సతాం నిభూతయః

రెడ్డిగారు సహృదయులు. సంభాషణా కౌశలము కలవారు. మంచివక్త. హాస్యరస మొలికిస్తూ చతురోక్తులతో ఎదుటివ్యక్తిని ఆకర్షింపగలిగిన లౌకిక ప్రజ్ఞాధురీణులు.

రెడ్డిగారు ఉద్యోగకాలములోనూ తరువాత కూడా తనను చూడవచ్చిన వారు కోటు తొడుక్కుని వచ్చినా - గొంగళి కప్పుకుని వచ్చినా సమదృష్టితో చూసి ఆదరాభిమానాలతో పలకరించే వారు.

1863 (16 ఆర్దిబెహిష్త్ 1279 ఫసలీ) రెడ్డిగారి జన్మసంవత్సరము. వారి జన్మదినోత్సవము నగరములోని రెడ్డి కళాశాల - బాలికోన్నత పాఠశాల చాలా ఘనంగా జరుపుకుని వారిని స్మరించుకుంటూ వుంటాయి.

రెడ్డిగారు సానలుదీరిన జాతిరత్నము. ప్రాచీనులు నిగర్వమూ - సేవానురాగమూ

– కల్మషరహితమైన నడవడీ ఉన్నత విద్యవల్ల చాలామంది పొందలేని యోగ్యతలు వారిలో ఉన్నాయి.

అతని మూర్తికి దగి యుండు నతని ప్రజ్ఞ
యతని ప్రజ్ఞకు తగియుండు నతని విద్య
యతని విద్యకు తగ్గి యుండు నతని పనులు
అతని పనులకు ఫలములు నట్లె యుండు.

కాళిదాసు రఘువంశంలో దిలీపమహారాజును గురించి చెప్పిన మాటలు రెడ్డిగారికి చక్కగా అన్వయిస్తాయి.

రెడ్డిగారు దాదాపు ఎనభై సంవత్సరాల తమ నిండు జీవితములో హిందువులకు నాయకుడు – సలహారుడు – ఉద్ధారకుడు; అందరి హృదయాలలో చోటు చేసుకున్న ఆరాధ్య దైవము.

రెడ్డిగారు మృతజీవి. వారు సూర్యచంద్రాదులు ఉన్నంతవరకూ వాడని పుష్పాలతో – ఆరని జ్యోతులతో పూజింపబడుతూ ఉంటారు.

మాడపాటి హనుమంతరావు గారు

ఆంధ్రప్రదేశ్ అవతరించిన పదిహేను మాసాల కాలములో అప్పటి గవర్నర్ శ్రీ భీమసేన సచార్ రాజధానీ నగరములోని సంస్థలను కొన్నింటిని సందర్శించటము తటస్థించింది. ఈ సందర్భములో వారికి తెలంగాణాను గురించిన కొన్ని విచిత్రోదంతాలు తెలియవచ్చాయి. కొన్ని దశాబ్దాల క్రిందట స్థాపింపబడిన ఆ సంస్థల ఉజ్వల చరిత్రలను

కార్యకర్తలు వారికి విపులీకరించారు. కాని 'ఈ పని నేను చేశానని తెలంగాణలో ఏ కార్యకర్తా చెప్పుకోడేమి? వారు చేశారనీ వీరు చేశారనీ ఇతరులను పేర్కొంటాడేమి?' పర్యటన పూర్తయేవరకూ వారి నీ ప్రశ్నలు ఆలోచనాంబుధిలో ముంచి వేశాయి. వారు సందర్శించిన సంస్థలలో శ్రీ కృష్ణదేవరా యాంధ్ర భాషా నిలయము, వేమన గ్రంథాలయము, బాలసరస్వతీ ఆంధ్రభాషా నిలయము, రాజాబహద్దరు వెంకట్రామిరెడ్డి మహిళా కళాశాల, ఆంధ్ర సారస్వత పరిషత్తు ప్రసిద్ధిపొందినవి.

శ్రీ కృష్ణదేవ రాయాంధ్ర భాషా నిలయము 1901లో స్థాపింపబడ్డది. 1914–15 మధ్యకాలములో భవనానికి అంకురార్పణ జరిగింది. ఈ నిలయములో కొన్నివేల గ్రంథాలున్నాయి. తాళపత్ర గ్రంథాలు కూడా కొన్ని చేర్చబడ్డాయి. సారస్వత సంబంధమైన సభలూ సమావేశాలూ దీనిలో జరుగుతూ ఉంటాయి. హైదరాబాద్‌లో ఉన్న ప్రతి ఆంధ్రుడూ ఇంచుమించుగా సభ్యుడే. ఇరవై మూడు సంవత్సరాల క్రిందట ఈ గ్రంథాలయము ఆస్థాన కవినీ, అమాత్య శేఖరులనూ పండితులనూ భాషాభిమానులనూ ఆహ్వానించి వైభవోపేతముగా స్వర్ణోత్సవము జరిపించుకొన్నది. వేమన గ్రంథాలయము నాంపల్లిలో ఎత్తైన గుట్టమీద స్వంతభవనాన్ని నిర్మించుకొన్నది. దీనికి కొన్నివేల గ్రంథాలూ, కొన్ని వందలమంది సభ్యులూ, సారస్వత సభలూ సమావేశాలు ఉన్నాయి. బాలసరస్వతీ ఆంధ్ర భాషానిలయము సుమారు ఏభై సంవత్సరాల నాడు, గౌలిగూడెములో స్థాపింపబడ్డది. ఆంధ్ర సారస్వత పరిషత్తు నగరములో మధ్యగా స్వంత భవనము నిర్మించుకొని నిరక్షరాస్యత నిర్మూలనకై కృషి చేస్తున్నది.

ఆంధ్ర బాలికల ఉన్నత పాఠశాల 1926లో స్థాపింపబడి, మాతృభాష ద్వారా విద్యాబోధన చేస్తూ ఆంధ్ర బాలికలలో విద్యాసక్తిని పెంపొందచేస్తున్నది. దీనికి అనుబంధముగా రాజబహద్దరు వేంకట్రామారెడ్డి మహిళా కళాశాల 1954లో నెలకొల్పబడ్డది. పాఠశాలకు నారాయణ గూడెములోనూ, కళాశాలకు బర్కత్‌పురాలోనూ (ఇప్పుడది వేంకట్రామారెడ్డివీధి అని వ్యవహరింపబడుతున్నది). స్వంత భవనాలు నిర్మింపబడ్డాయి. ఈ సంస్థలన్నీ అత్యుత్సాహముతో అవిరళకృషి సల్పుతున్నాయి.

చరిత్ర పుటలు మనము ఈ నాడు తిరుగవేసి చూడగలిగితే, అర్ధ శతాబ్దము క్రిందట తెలంగాణా వారి పరిస్థితులెంత అధమస్థితిలో ఉండేవో తెలిసుకొనగలుగుతాము. హైదరాబాద్ సంస్థానములో ఉర్దూ రాజకీయభాష. ఆంధ్ర, కర్ణాటక, మహారాష్ట్ర భాషలకు ప్రాముఖ్యమేకాదు – గణ్యత కూడా లేదు. ఎవరి మాతృభాషను వారు ఇండ్లలో వాడుకొనవలసిందే. జాతికీ భాషకూ వికాసము లేదు. సంస్కృతికి విమోచనము లేదు. ఆ చీకటిరోజులలో గాఢాంధకారములో ఉన్న తెలంగాణా ఆంధ్రులు.

'తెలుగు తనమూ తమకే లేదని
తెలుగు భాషా తమదే కాదని
తెలుగు వారూ తామే కాదని'

(అడవి బాపిరాజు)

భావిస్తూ తమ పతనాన్ని గురించి తామే గుర్తించలేని స్థితికి దిగజారి పోయారు. తెలుగుభాషమీద గాని, ఆంధ్రజాతిమీద గాని ఆదరాభిమానాలు పెంపొందించుకోలేని మనజాతి నగుబాట్ల పాలయింది. సుమారు డెబ్బై లక్షల ఆంధ్రులు గల హైదరాబాద్ రాష్ట్రములో, ఎనిమిది జిల్లాలో ఒక్కటిమాత్రమే ఇంగ్లీషు హైస్కూలు, తక్కినవన్నీ ఉర్దూ భాషద్వారా విద్యగరపే పాఠశాలలు. ప్రజలలో విద్యాభివృద్ధికి సహకారముచేసేవారు లేరు. అంతటి సదుద్దేశ్యము ఎవరికయినా కలగటానికి తగిన ఆస్కారమూలేదు. ఆ స్థితిలో పత్రికా ప్రచారమూ,పత్రికా పఠనేచ్ఛ మృగ్యమంటే అతిశయోక్తికాదు. గోషాలో ఉండికూడా మహమ్మదీయ స్త్రీలు విద్యావంతులైనారు. విదేశాలకు కూడా వెళ్లి కొందరు డిగ్రీలు తెచ్చుకొన్నారు. చుట్టూ పరదాలు కట్టుకొని సభలూ సమావేశాలు జరుపుకొనేవారు. కాని – అందుకు ఆర్థిక స్తోమతా అవకాశమూ లేని ఆంధ్రస్త్రీలు గోషా ఆచారాన్ని మాత్రమే అమలు జరుపుతూ అవిద్యతోనే జీవితాలను గడిపారు.

అటువంటి పరిస్థితులలో చిరస్థాయిగల ఇన్ని సంస్థలు హైదరాబాద్ రాష్ట్రములోనూ నగరములోనూ యెట్లా వెలిశాయి? నిర్వీర్యమైన ఆనాటి ఆంధ్రజాతిలో శక్తివంతమైన ఈ

భావన యెట్లా కలిగింది? అపూర్వమైన ఈ సృష్టి ఏ విధముగా జరిగింది? ఈనాడు హైదరాబాద్ నగరాన్ని కొత్తగా చూచేవారికి పై ప్రశ్నలు ఉదయింపక మానవు – విస్మయమూ కలుగకమానదు.

ఈ ప్రశ్నలను తెలంగాణలో ఏ వ్యక్తి నడిగినా నిమీలిత నేత్రాలతో చేతులు జోడించుకొని, ఒక మహాపురుషుని సంస్మరిస్తాడు. ఆయనకు జోహారులర్పిస్తారు.

తెలంగాణలో సభలు జరిగినప్పుడుగాని, ప్రముఖులు విచ్చేసినప్పుడుగాని, ఆయా సంస్థలు కార్యకర్తలూ పురజనులూ ఒక అమృత హృదయాన్ని, ఒక చల్లటి చేయిని తలచుకొని పులకాంకితులవుతారు. ప్రతీ సంస్థ నివేదికలోను 'పంతులుగారు ఆదేశమిచ్చారు', 'పంతులుగారు సలహా ఇచ్చారు'. 'వారు సానుభూతి చూపించారు', 'వారు చూపిన మార్గమే యిది'; 'వారు నాటిన బీజమే యిది;' 'ఇది వారి చేతి చలవే' అంటూ ఆ దివ్యనామస్మరణ చేస్తారు.

"మేము ఆంధ్రులము" అని ఎవరి దివ్యప్రబోధమువల్ల తెలంగాణావాసులు చెప్పుకొనగలిగారో ఆ మహాపురుషుడు పద్మభూషణ డాక్టరు మాడపాటి హనుమంతరావు పంతులుగారు.

ఇరవయ్యో శతాబ్దములో కూడా దండక కీకారణ్యమునాటి నాగరకతను తలపించే తెలంగాణములో, కొన్ని శతాబ్దాలుగా వెనుకబడిన తెలుగుజాతిని విజ్ఞానదీపిక చేతబట్టి, తెలుగులచేత తెలుగు నోములు నోమించి, పూర్వాంధ్ర చారిత్రకౌన్నత్యాన్ని స్మృతికి తెచ్చి, తెలుగునాడులలోని మహెూజ్జ్వల మహాంధ్ర రేఖల మిరుమిట్లు గొలిపించిన మహావీరుడు శ్రీ మాడపాటి హనుమంతరావు పంతులుగారు.

జీర్ణింపనున్న ఆంధ్రజాతి పునరుద్ధరణ మహెూద్యమానికి నడుముకట్టి, ఆంధ్రుల రాజకీయ నైతిక సాంఘిక సారస్వత విషయాలలో నిరుపమానమైన దక్షతతో కార్యసాధన చేసిన మహానాయకుడు పంతులుగారు.

అవమానము జరిగితేనేగాని శౌర్యాగ్ని ప్రకోపించి ప్రజ్వరిల్లదు. అది 1921వ సంవత్సరము ఒక శనివారము రాత్రి గౌలిగూడెములోని వివేకవర్ధనీ థియేటరులో పూనా నివాసి సంఘ సంస్కార ప్రియుడూ, మహిళా విశ్వవిద్యాలయ ప్రతిష్ఠాపకుడూ అయిన ధోండే కేశవ కార్వే మహాశయుడి అధ్యక్షత క్రింద హిందూసంఘ సంస్కార మహాసభలు జరుగుతున్నాయి. వివేకవర్ధనీథియేటరు మహారాష్ట్ర వాతావరణము కలది కనుకను, అధ్యక్షులు మహారాష్ట్రులు కనుకనూ ఆంధ్ర కర్ణాటకులు సభ్యులలో అల్ప సంఖ్యాకులయినారు. ఆ మహాసభలలో ఆంధ్ర, కన్నడ, మహారాష్ట్ర భాషలలో చర్చలూ, ప్రసంగాలూ జరుపవలసినదిగా ముందుగానే తీర్మానించుకొన్నారు. కాని ఆంధ్రభాషలో చర్చ ప్రారంభము కాగానే అల్లరి, సభ్యులలో సందడి ప్రారంభమయింది. అర్థవంతముగా, ధారాళముగా విషయ వైశద్యముతో

ఉపన్యసిస్తున్న వ్యక్తి తన ఉపన్యాసాన్ని నిలిపివేయవలసి వచ్చింది. ఆ సభలో ప్రముఖపాత్ర వహించి, పెద్దలతో సమానముగా వేదికమీద ఆసీనులైన శ్రీ మాడపాటి హనుమంతరావు పంతులుగారు తన అనూయాయులతో సభను వీడి బయటకు రావలసి వచ్చినది. మరెందుకూ కాదు అసమ్మతిని సూచిస్తూ.

ఆనాటినుండీ పంతులుగారి హృదయము 'నా భాష – నాజాతి పునరుద్ధరింపబడేది ఎట్లా?' అన్న తీవ్ర సంచలనముతో మరగిపో నారంభించింది. వారిది వకీలు వృత్తి ఆనాటి నుండీ కేసులు, వాయిదాలు, దావాలు వెనకపడ్డాయి. తోటి వారినందరినీ ప్రోత్సహించి, ఉత్సాహపరచి, కూడగట్టుకున్నారు. వారి తీవ్ర సంచలన ఫలితమే ఆంధ్రజన సంఘోత్పత్తి. దానికి కార్యదర్శిగా పంతులుగారు నియమింపబడ్డారు. ఆనాటి నుండీ నిర్విరామముగా కృషిచేసి వరంగల్, ఖమ్మం, పరకాల, నల్లగొండ, సికింద్రాబాద్ మొదలైన ప్రదేశాలలో ఆంధ్ర జనసంఘానికి శాఖలను స్థాపించారు. మూడు నాలుగు సంవత్సరాలలో సుమారు యాభై వరకూ వాటి సంఖ్య పెరిగిపోయింది.

పంతులుగారు హనుమకొండలో విద్యాభ్యాసము చేస్తుండగా, ముఖ్యముగా మూడు ఉద్యమాలు ప్రజలను ఉర్రూత లూగించేవి. వాటిలో మొదటిది ఆంధ్రభాషా వికాసోద్యమము; రెండవది సంఘ సంస్కరణోద్యమము; మూడవది రాజకీయోద్యమము; ఈ మూడు హనుమంతరావుగారి యువక హృదయాన్ని వశము చేసుకొన్నాయి. ఈ ఉద్యమ త్రయి సంసిద్ధికొరకే వారు తమ శక్తి త్రయాన్ని (ఇచ్ఛాశక్తీ, జ్ఞానశక్తీ, క్రియాశక్తీ) వినియోగించి ధన్యులయారు.

1901లో హైదరాబాద్ నగరంలో శ్రీకృష్ణదేవరాయాంధ్ర భాషా నిలయము స్థాపించటములో ఆంధ్ర భాషావికసనోద్యమము ప్రారంభమైనదని చెప్పవచ్చు. విద్యావైజ్ఞానిక సామాజికాభివృద్ధి గ్రంథాలయోద్యమము ద్వారా జరిగి తీరుతుంది అని విశ్వసించే వారిలో పంతులుగారు ఒకరు. వేయిమంది పండితులు చేయలేని పని ఒక గ్రంథాలయము చేయగలదని వారి నమ్మకము. ఈ ధర్మ రహస్యాన్ననుసరించే శ్రీ కృష్ణదేవరాయాంధ్ర భాషానిలయము స్థాపితమయింది. ఈ నిలయము ప్రాథమికమై, ఆదర్శప్రాయమై, మకుటాయమానముగా విలసిల్లుతున్నది. 1914లో పంతులుగారు ఈ నిలయానికి కార్యదర్శిగా ఉండి భవన నిర్మాణానికిగాను సన్నాహము చేయనారంభించారు. జమీందార్లనూ, సంస్థానాధీశ్వరులనూ ఆహ్వానించి, వారందరినీ ప్రోత్సహించి, వారి ఔదార్యముతో భవనాన్ని వెలయింప చేశారు. బాలసరస్వతీ ఆంధ్రభాషా నిలయము, వేమన గ్రంథాలయమూ పంతులుగారి సేవాభాగ్యము పొందినవే. బాలసరస్వతీ ఆంధ్రభాషా నిలయానికి నిర్మింపబడిన

భవనము పంతులుగారి కృషి ఫలితమే. 1904 జనవరి ఇరవై ఆరో తేదీన హనుమకొండలో శ్రీ రాజరాజ నరేంద్ర గ్రంథాలయ భవనానికి శంకుస్థాపన జరిగింది. క్రమముగా అనేక గ్రంథాలయాలు నగరంలోను, జిల్లాలలోను స్థాపితములయ్యాయి. ఈ గ్రంథాలయోద్యమము క్రమముగా రాజకీయోద్యమముగా రూపొందింది.

సంఘ సంస్కరణోద్యమానికై కందుకూరి వీరేశలింగముగారి జీవితాన్నీ వారి గ్రంథాలను తిరిగి తిరిగి పరిశీలించిన పంతులుగారు, జయప్రదముగా కొనసాగే పథకాన్ని ఒకటి తయారు చేసుకున్నారు. ఆ విధంగానే ప్రపంచములోని ప్రజోద్యమాలను గురించి చదివి, ఇంగ్లండు అమెరికా పరిస్థితులను గమనించి, ఆర్యావర్తములోని సంచలనానికి గల కారణము ఊహించుకోగలిగారు. ప్రజా హృదయాన్ని చూరగొని ప్రజాభిలాషను గమనించేవారు మధ్యతరగతి ప్రజలని గ్రహించారు. మధ్యతరగతి ప్రజలే సంఘానికి వెన్నెముక వంటివారు. అప్పటికి పంతులుగారికి చెప్పుకోతగిన పాండిత్యముగాని, సంపద గాని, పలుకుబడి గాని లేదు. అనుభవమైన చాలినంత లేదు. అయినప్పటికీ సంకల్పసిద్ధి కొరకు, కార్యభారము వహించారు. ప్రాచీనాంధ్రుల కీర్తివైభవాలనూ, ప్రతిభా పరాక్రమాదులనూ స్మరించి, పంతులుగారు తమ ఉత్సాహాన్ని సహస్రాధికము చేసుకొన్నారు.

ప్రజలను సమష్టిగా కూడకట్టుకొని పనిచేయటానికి తగిన మార్గము వర్గ వర్గాన్నీ పేరుపేరునా పిలిచి మేల్కొలపటమేనని పంతులుగారి విశ్వాసము. యాదవ, ముదిరాజు, మున్నూరు, హరిజన, పద్మశాలి, గౌడ మొదలైన వర్గీయులను మేలుకొలుపసాగారు. ఆంధ్ర విద్యార్థులను ఉత్సాహపరచారు. జీవరక్షా ప్రచారిణీ సంఘము, హిందూ సంఘం సంస్కారసభ, ఆది హిందూ సేవాసమితి మొదలైన సంస్థలతో సంబంధము కల్పించుకొని సేవచేయ నారంభించారు. ఆర్యసమాజము, బ్రహ్మసమాజము, దివ్యజ్ఞాన సమాజము మొదలైన వాటిలో ప్రత్యక్షముగా పాల్గొనకపోయినా పంతులుగారు తమ సానుభూతి చూపారు.

పంతులుగారు ఎన్ని సంఘాలు పెట్టి నిర్వహించినా తాను వెనక ఉండి కార్యభారము తలపైన వేసుకుని నిర్మాణ కార్యక్రమము వైపే మనసు నిలిపారు గాని ముందుకు రాలేదు. దీనికి యువకులు ఎందరో ఎన్నోరకాల అపోహలు పడ్డారు. కాని వారి ఆంతర్యము కొందరికే తెలుసు. సంస్థలను నిర్వహించటంలో పంతులుగారు రెండు నిశ్చితమైన అభిప్రాయాలను మనసులో పెట్టుకున్నారు. మొదటిది రాజకీయాలకు దూరంగా వుండటము. అట్లా అని పంతులు గారికి రాజకీయాల యందు అభిలాషగాని అభిమానం గాని లేవనుకోవటానికి వీలులేదు. రాజకీయాలలో నిశ్చితమైన తిరుగులేని – కచ్చితమైన అభిప్రాయాలు కలవారు. కాని రాజకీయాలను సంస్థలలో ప్రవేశపెట్టినా – సంస్థలను నడిపేవారికి రాజకీయాల

సంపర్కం ఉన్నా, ఆ సంస్థలు ఆ రోజుల్లోనే కాదు - ఎప్పుడూ కూడా సరిగా నడవవని వారి నమ్మకం. వారికి తాను నెలకొల్పిన సంస్థలలో అధ్యక్షుడుగా గానీ లేక ఏ ప్రధాన పదవిలో గాని ఉండటం ఇష్టములేని కారణం అత్యంత ప్రధానమైనది. అనేక రాష్ట్రాలలో బ్రాహ్మణ బ్రాహ్మణేతర తగాదాలూ - ఎక్కువ తక్కువల సమస్యలూ పొడచూపి జాతిని నిర్వీర్యము చేయటం పంతులుగారికి మనస్తాపం కలిగించిన వాటిలో ప్రధానమైనది. ఆ దృష్టితో - తాను బ్రాహ్మణుడు కనుక ఎప్పుడూ అన్ని సంస్థలకూ వెనుక ఉంటూ సలహాలు సహకారమూ ఇస్తూ ఉండేవారు. కులమత విద్వేషాలు - అసలే వెనుకబడిన ఈ రాష్ట్రంలో - ప్రవేశించి సర్వనాశనము చేయటానికి వారు అవకాశము ఇవ్వదలచలేదు. ఈ దృష్టితో ఇతర వర్గాలను గౌరవిస్తూ అన్నిటికీ వారినే పెద్దలను చేయటం అలవరచుకున్నారు.

సుమారు 1921 నవంబరులో ప్రారంభింపబడిన ఆంధ్ర జనసంఘము శాఖోపశాఖలై విస్తరిల్లిన తరువాత, వీటన్నిటికీ పరస్పర సంబంధ మేర్పరచి - నిర్వాహకుల నందరినీ ఒక వేదికమీదికి తీసుకొని రావలెనని పంతులుగారు ప్రయత్నించారు. ఆ ప్రయత్న ఫలితమే ఆంధ్రమహాసభలు. ఆ సభలలో పది మందీ పాల్గొంటూ వుండేవారు. రాజభాషయైన ఉర్దూలో ప్రసంగించటమే ఘనమనుకునే వారందరూ చక్కటి జానుతెనుగులో (తౌరక్యాంధ్రముతో ప్రారంభించి) ఉపన్యాసాలు సాగించారు. నిజాం రాష్ట్రాంధ్ర మహాసభలలో ప్రధానమైనది చతుర్థాంధ్ర మహాసభ. దానికి పంతులు గారు అధ్యక్షులుగా ఎన్నికైనారు. ఆ సభ సిరిసిల్లలో జరిగింది. పంతులు గారికి స్త్రీ విద్యాభిమానమూ స్త్రీ జనాభివృద్ధియెడ అపారమైన ఆసక్తీను. యువజనాభివృద్ధితో బాటు యువతీజనాభివృద్ధి కూడా జరుగవలసిందేనని వారి పట్టుదల. ఆంధ్ర మహాసభలతోపాటు మహిళా సభకు కావలసిన హంగులన్ని సమకూర్చేవారు. ఆ సభలలో స్త్రీల సమస్యలన్నీ చర్చింపబడి తీర్మానరూపమును దాల్చేవి. చతుర్థాంధ్ర మహిళా సభకు పంతులుగారి పత్ని శ్రీమతి మాణిక్యమ్మగారు అధ్యక్షులుగా ఎన్నికైనారు. ఆమె రూపవతి మాత్రమే కాదు - విద్యావతి కూడాను. వినయగుణ సంపన్నురాలు. మాడపాటి సతీపతులు వధూవరులవలె పుష్పహారాలంకృతులయి జయజయ ధ్వనులు చెలరేగుతుండగా, మోటారుకారులో హైదరాబాద్ నుంచి బయలుదేరారు. ఈ ఆంధ్ర కళ్యాణ యాత్ర హనుమాన్ టెక్డిలో ఉన్న పంతులుగారి 'ఆంధ్రకుటీరము' నుండి బయలుదేరింది. మధ్యేమార్గములో యెదురైన ప్రతి తెలుగు సీమలోనూ స్వాగతాలందుకుంటూ సిరిసిల్ల చేరి, సభలను దిగ్విజయముగా నడిపారు.

ఆంధ్రాభ్యుదయము కొరకు ఆంధ్ర మహాసభలతో పంతులుగారు తృప్తి పొందలేదు; దానికై వారు తొక్కని మార్గములేదు. తడవిచూడని అంశములేదు. ఆంధ్ర మహిళోద్యమము

చక్కగా సాగవలెనంటే స్త్రీలు విద్యావంతులు కావాలి. నిజాం ప్రభుత్వములో ఆంధ్ర బాలికల మాతృభాషాభివృద్ధికి అనేకఅవరోధాలు. మాతృభాష ద్వారానే విద్యగరప బడవలెనని పంతులుగారి ఆశయము. ఆ కాలములో ప్రభుత్వానికి వ్యతిరేకమైన సంస్థలను నెలకొల్పటము అసాధ్యమైన విషయము. ఆంధ్ర, కన్నడ, మహారాష్ట్ర నాయకులకు ఇది గడ్డుసమస్యగా పరిణమించింది. ఆ సమయంలో బారిస్టరు రామచంద్రనాయక్, అహల్యాబాయి మల్లన్న, శ్రీమతి సులోచనాబాయి మొదలైనవారు ఒక కమిటీగా ఏర్పడి రెసిడెన్సీ బజారులో (ఇప్పటి సుల్తానుబజారు) ఒక పాఠశాల నెలకొల్పారు. ప్రభుత్వానుమతి దీనికి లభించదు కనుక, బ్రిటీషు రెసిడెంట్ అధీనములో ఉన్న ప్రదేశములో నెలకొల్పవలసి వచ్చింది. ఆంధ్ర, కన్నడ, మహారాష్ట్ర భాషలలో ప్రైమరీ తరగతులతో ఈ పాఠశాల ప్రారంభింపబడ్డది. కొంతకాలము నడచిన తరువాత, ఆంధ్రేతర తరగతులకు తగిన ప్రోత్సాహము లేక వెనుకబడటము తటస్థించింది. సికింద్రాబాద్ వాస్తవ్యురాలైన సీతమ్మ గారు తన పేరున కొంత కాలము దీనిని నడిపారు. కాని సికింద్రాబాద్‌లో ఉండి హైదరాబాద్‌లో పాఠశాల నడపటము ఆమె కసాధ్యమైపోయింది. ఈ కారణము చేతనే కాకుండా తగిన ఆర్థిక సదుపాయము లేకపోవటముచేత పాఠశాలను నిలిపివేయవలెనని ఆ కమిటీ నిర్ణయించింది. ఈ వార్త పంతులుగారికి వినపడినదే తడవుగా బయలుదేరారు. చేతికి చిక్కిన అవకాశాన్ని జారవిడవక వినియోగించుకున్నారు. తమకు విశ్వసనీయులైన శ్రీ వడ్లకొండ నరసింహారావు గారిని తోడుచేసుకుని పాఠశాల నిర్వహణకు పూనుకొన్నారు. ఆనాటి నుండి పంతులుగారు తమ వద్దకు వచ్చినవారిలో ధనికులూ, అధికారులూ పలుకుబడి గలవారూ సేవాసక్తి కలవారూ ఎవరా అని పరీక్షకు బూనుకున్నారు. తెలిసినవారికి సరేసరి. తెలియనివారికి తమ ఆశయాన్ని విపులముగా తెలిపారు. వీరిదృష్టిని ఆకర్షించినవారిలో మొట్టమొదటివారు రాజాబహద్దరు వేంకట్రామిరెడ్డి ఓ.బి.ఇ. గారు రెడ్డి గారిది వెన్నవంటి హృదయము. తెలంగాణలో ఏ సత్కార్యానికైనా వారి సహకారము ఉండి తీరవలసినదే. వారు తెలంగాణ వాసులకు పెన్నిధివంటి వారు. అటువంటి రాజా బహద్దరును పాఠశాలకు అధ్యక్షులుగా శ్రీ పంతులుగారు ఎన్నుకున్నారు. అధ్యక్షులంటే కుర్చీమీద కూర్చుని, పూలహారాలు వేయించుకొని లేచిపోవటము కాదు. ఒకనాటి భారమూ బాధ్యతాకాదు వారిపై తోసినది; ఆ పాఠశాలకు రాజాబహద్దరు వేంకట్రామారెడ్డిగారు తండ్రీ, పంతులుగారు తల్లీను వీరిద్దరితో (మంత్రి) వెంకటరంగారెడ్డి గారు (కేరళ గవర్నర్) బూర్గుల రామకృష్ణారావు గార్లు చేతులు కలిపారు. మాతృభాషలో విద్యగరపే ఆ పాఠశాలకు ఒక వ్యక్తిత్వము కల్పించాలని పంతులుగారి పట్టుదల. పూనాలోని కార్వే యూనివర్సిటీతో సంబంధ బాంధవ్యాలు

కల్పించుకొన్నారు. కాని అధికార ముద్రలేని విద్యకు ప్రయోజనము సాధింపబడినా విలువ లభింపలేదు; పంతులుగారు కృషి చేయగా చేయగా, 1949లో హైదరాబాద్ ప్రభుత్వానుమతి లభించింది. అంతకుపూర్వము రెండు సంవత్సరాల కాలము కావచ్చు - ఆంధ్రా యూనివర్సిటీ అనుమతి నిచ్చింది. పాఠశాలలో విద్యార్థుల సంఖ్య దీనితో ఇనుమడించింది. స్వంత భవనములేని ఈ సంస్థ అద్దె భవనాలను కూడా భరించలేకపోయింది. పాఠశాలకు అధ్యక్షులైన శ్రీ రాజాబహద్దరు వెంకట్రామారెడ్డి గారు తన మిత్రుల మంచితనాన్నీ ఔదార్యాన్నీ ఈ పాఠశాలకు వినియోగించారు. ప్రతిదినమూ పంతులుగారు అధ్యక్షులను కలుసుకొని 'వారిని రేపు కలిసి ఈ విషయము ప్రస్తావించి చూడండి; వీరికి తిరిగి వాగ్దానము మాట జ్ఞాపకము చేయండి' అంటూ అందించేరు.రాజా బహద్దరుగారితో పనిలేని జమీందార్లూ, సంస్థానాధీశ్వరులూ లేరు. ఎవరు కనబడ్డా మొదటిమాట పాఠశాలను గురించే ప్రసంగించేవారు. ఈ విధముగా కృషిచేసి శ్రీ రాజా పన్నాలాల్ పిట్టిచేత పాఠశాల భవనానికి శంకుస్థాపన చేయించారు. అనేకవిధాలుగా విరాళాలు ప్రోగుచేశారు. ఒక మహమ్మదీయ సోదరి కొంత ధనము గుప్త దానము చేసింది. పంతులుగారు వారి సహకారముతో అన్ని శక్తులనూ వినియోగించి పాఠశాలకు భవన నిర్మాణము చేశారు. పై అంతస్తు కూడా పూర్తయింది. 1949 నాటికి ఈ పాఠశాలలో కిండర్ గార్డెన్ తరగతులు కూడా ఆరంభించబడ్డాయి. దీనికి తగిన ప్రోత్సాహము ప్రజల వల్ల లభించింది. ఈ పాఠశాల ఆవరణములో విద్యార్థినుల సౌకర్యార్థము ఒక వసతిగృహము నిర్మింపబడ్డది. ఈనాడు పాఠశాలలో రెండు వేలమందికి పైగా బాలికలు కిటకిటలాడుతూ ఉన్నారు.

హనుమంతరావు పంతులుగారి స్త్రీ విద్యాభిమానము వారిని అంతటితో విడువలేదు; కళాశాల స్థాపించవలెనన్న ఉత్సాహమూ ఉబలాటమూ వారిలో బయలుదేరింది. రాజా బహద్దరు వెంకట్రామారెడ్డిగారి ఔదార్యచిహ్నంగా వారి పేరును ఒక మహిళా కళాశాలకు వెలయింపజేశారు. నిజాంగారిని దర్శించి నలభై ఏనిమిది రూపాయల సుంకముతో నాలుగు ఎకరాల భూమిని సేకరించారు. ప్రభుత్వము వద్ద నుండి ఇరవై ఐదువేల హాలీ రూపాయలను శాంక్షను చేయించుకొన్నారు; పంతులుగారు పద్దెనిమిది వేల రూపాయలను ఆంధ్ర సారస్వత నిక్షేపమునుండి తీసి యిచ్చారు. మహిళా కళాశాల భవన నిర్మాణానికి భారత ప్రధాని శంకుస్థాపన చేశారు. ఆ మహోత్సవములోనే ఏడువేల యాభై ఒకటి రూపాయలు వసూలయ్యాయి. ఈ కళాశాల అప్పటి బర్కతుపురా - ఇప్పటి వెంకట్రామారెడ్డి వీథిలో ఉన్నత భవనాన్ని నిర్మించు కొన్నది. ఈ కళాశాలకు పంతులుగారు ఉపాధ్యక్షులు. కొండా వెంకట రంగారెడ్డిగారు సంఘసభ్యులు. ఈ కళాశాలకు ప్రారంభోత్సవము భారత

ఉపాధ్యక్షులయిన శ్రీ సర్వేపల్లి రాధాకృష్ణగారు చేశారు. శూన్యహస్తాలతో ప్రారంభింపబడిన ఈ విద్యాసంస్థలు మహోదారులయిన ఆంధ్ర ఆంధ్రేతరుల అభిమానపాత్రమయి, బలిష్ఠమయి, అధిక పుష్టి కలిగి, సమస్త వస్తుపరికర సమేతమయి విరాజిల్లుతున్నాయంటే పంతులుగారి సంకల్పబలము తప్ప మరొకటి కాదు.

అదొక శుభ సమయము. పార్థివనామ సంవత్సర మాఘశుద్ధ పంచమీ బుధవారము నాడు నిజాం రాష్ట్రాంధ్రులందరూ నగరములో సమావేశమయి కన్నుల పండువయిన ఉత్సవమొకటి జరుపుకొన్నారు. హనుమాన్ టేక్‌డిలో ఉన్న పంతులుగారి ఆంధ్ర కుటీరమునుండి ఊరేగింపు బయలుదేరింది. మొదటి కారులో శ్రీ పంతులుగారు వారి సతీమణీ మాణిక్యమ్మగారు, ఇద్దరి మధ్యగా వారి ఒక్కగానొక్క కుమారుడయిన సుకుమారుడూ పుష్పహారాలంకృతులయి ఉన్నారు. దీనిని పురప్రముఖుల మోటారులు అనుసరించాయి. పురజనులనేకులు కాలినడకనే బయలుదేరారు. ట్రూపు బజారులో రెడ్డి హాస్టలులో ఉత్సవము జరిగింది. దానిలో నూటపదిహేడు సంఘాలు పాల్గొన్నాయి; సన్మాన పత్రాలు సమర్పించాయి. అది పంతులుగారి షష్ఠి పూర్త్యుత్సవము ఈ ఉత్సవము కోలాహలముగా రెండు రోజుల జరిగింది; హైదరాబాదు రాష్ట్రమందంతటా తెలుగువారు ఆనందోత్సాహాలతో స్థానికముగా ఈ పండుగా చేసుకోనున్నారు.

ఆలనాడు పుణ్యక వ్రతమాచరించిన సత్యభామ శ్రీ కృష్ణుడిని నారదుడికి దానమిచ్చి, తిరిగి ఆయనను పొందటానికి తన సకలైశ్వర్యాలూ త్రాసులో పోసింది. తిరిగి అటువంటి దృశ్యము పంతులుగారి షష్టి పూర్త్యుత్సవములో నిజాం రాష్ట్రాంధ్రులకు కన్నుల పండువయింది. తెలంగాణావాసులు పంతులు గారిని తక్కెడలో ఒకవైపు ఆసీనులనుచేసి రెండవవైపు రూకలను కుమ్మరించారు. త్రాసుచుట్టూ కొండా వెంకటరంగారెడ్డిగారు, అక్కినేపల్లి జానకీ రామారావుగారు, ఆదిరాజు వీరభద్రరావుగారు, బూర్గుల రామకృష్ణారావుగారు, సురవరము ప్రతాపరెడ్డిగారు నిలబడి 'మరో రూపాయి వెయ్యండి' అంటూ కొసరి కొసరి రూపాయలుపోసి పంతులుగారిని తూచారు. అవి లెక్క పెట్టగా ఆరువేల నాలుగువందల హాలీరూపాయలు! వాటిని భద్రముగా మూటకట్టి పంతులుగారికి సమర్పించారు దానిని చిరునవ్వుతో పంతులుగారు స్వీకరించారు, రూకల రాసిని చూస్తూన్నంత సేపూ వారి హృదయములో ఒక ఆరాటము బయలుదేరింది; కాని మనసులో ఒక నిశ్చితాభిప్రాయము కలుగగానే శాంతించింది వెంటనే లేచి నిలువబడి 'ఈ మొత్తముతో ఆంధ్ర చంద్రికా గ్రంథమండలిని స్థాపించుతున్నా'నని ప్రకటించారు. ఈ మొత్తమే మహిళల కళాశాలను స్థాపించేనాటికి పద్దెనిమిదివేల రూపాయలయింది. అదే సారస్వత నిక్షేపముగా పేర్కొనబడ్డది.

మాడపాటి హనుమంతరావుగారు రమ్యారామములో గాని సుఖ సుగంధములో

గాని జన్మించలేదు. జీవితపు లోతులను అనుభవించ గలిగే దిగువ మధ్య తరగతిలో తారణనామసంవత్సర మాఘ-శుద్ధ షష్ఠి గురువారము నాడు (22.01.1885) జన్మించారు. ఇంచుమించుగా నిప్పచ్చరము వీరిని బడిలో చేర్పు కొన్నది. దారిద్ర్యస్తన్యము గ్రోలినప్పటికీ, గుండెనిబ్బరముతో జీవితపు టౌన్నత్యాన్ని యెందరు సాధించుకొనగలుగుతారు? ఆనాడు మాడపాటిని దేశకాలపరిస్థితులు చిన్న బుచ్చుకున్న యెడల తన యాత్రయందు పొడగట్టిన కారుచీకట్లను కృషి అనే దీపావళితో ఎదుర్కొనకపోవునేమో? అణువై పుట్టినవానిని మేరువుచేయు శక్తులు ఒక్కొక్క కాలములలో ఒక్కొక్క దేశములో సంఘటిల్లుతూ ఉంటాయి. వాటిని సాధకులుగాని వినియోగించుకోలేరు. పంతులుగారు అతికష్టముతో విద్యార్థి జీవితాన్ని గడిపారు. ఎదురయిన ఇక్కట్టులను అతినేర్పుతో సడలించుకున్నారు. మెట్రిక్ పరీక్షలో ఉత్తీర్ణులయి, విద్యాశాఖలో ఇన్ స్పెక్టరు కచేరిలో గుమస్తాగా కొంతకాలము పనిచేశారు. దాని తరువాత నిజాంరాష్ట్ర శాసన నిర్మాణశాఖలో ఇంగ్లీషు, ఉర్దూ, తెలుగుభాషలలో అనువాదకులుగా పనిచేశారు. ఈ ఉద్యోగధర్మము నిర్వహిస్తూ పంతులుగారు వకాలతు పరీక్షలకు చదువు నారంభించారు. వారు వకీలు వృత్తిని ఆరంభించింది 1917లో; విసర్జించినది 1941లో ఈ మధ్యకాలములో ఉద్యోగ ధర్మముతోపాటు ఆదిలో పేర్కొన్న ఉద్యమ త్రయానికి కృషిచేశారు. దాని కనుగుణ్యమయిన నిష్కామ సేవాదీక్ష, సానుభూతి, ఆత్మవిశ్వాసమూ అలవరచుకొన్నారు. అకుంఠిత ప్రజాసేవాపరాయణు డయిన కర్మయోగిగా సంకల్పసిద్ధి పొందారు. తెలంగాణలో ఏ చెట్టునూ పుట్టనూ పలకరించినా మాడపాటి వారి ప్రతిభను చాటుతాయి.

తెలంగాణాలో వార్తాపత్రికలకు హనుమంతరావు పంతులుగారే మూలపురుషుడు. నీలగిరిపత్రిక, గోలకొండ పత్రిక, దేశబంధు, సుజాత వీరిసహాయ సహకారములవల్ల పెంపొందినవే. 'ముషీరె దక్కను' ఉర్దూపత్రికకు వీరు చాలా కాలము సంపాదకీయము వ్రాస్తూ ఉండేవారు. పంతులుగారు గద్యరచనలో సిద్ధహస్తులు, వ్యాసరచయితే కాదు - కథారచయితగా కూడా ప్రతిష్ఠనందుకొన్నారు.

పంతులుగారు బుద్ధికి బృహస్పతి. పట్టుదలకు భగీరథుడు. తెలంగాణ ధర్మక్షేత్రాన రాజకీయాలను ప్రశాంతతతో నీతిజ్ఞతతో నిర్వహించి మెత్తని పలుకులతో కఠినమైన ఉత్తర్వులనిచ్చిన యుధిష్ఠిరుడు. కార్యకారణ భావవివేచనా సమన్వయ మార్గాన నడిచి. 'అన్యుల మనముల్ నొప్పింపక, తానొవ్వక తప్పించు'కొని తిరుగుతూ తనపట్టు నెగ్గించుకొనే విచిత్రవ్యక్తి - అజాత శత్రువు. తెలంగాణా కురుక్షేత్రాన దేవదత్తాన్ని పూరించిన విజయుడు.

లౌకికప్రజ్ఞ, దూరదర్శిత్వము, సమయోచిత ప్రస్తావన, రాజకీయ శాస్త్ర

మర్యాదలయందు ప్రీతి, రాజ్యాంగ నీతిజ్ఞత, సోపాన పరంపరా నిర్మాణకౌశలమూ కలిగిన సకల జనసమ్మతిగల పురుష పుంగవుడు. ఆంగ్ల, ఆంధ్ర, ఉర్దూ భాషలలో అనర్గళముగా ఉపన్యసించగలిగిన గొప్పవక్త.

కనుకనే హైదరాబాదు పురపాలక సంఘము వీరిని 1951 ఏప్రిల్ 15వ తేదీన మేయరుగా ఎన్నుకొని సత్కరించింది. భారత ప్రభుత్వము 1955లో పద్మభూషణ బిరుదాన్నిచ్చి సన్మానించింది. ఉస్మానియా యూనివర్సిటీవారు 1956లో డాక్టరేటు బిరుదునిచ్చి గౌరవించారు.

డెబ్బదిరెండు సంవత్సరాలు నిండినప్పటికీ వారిలో ఉత్సాహమూ, ఆసక్తి తగ్గలేదు. ఉదయము పదిగంటలవేళ కారులో బయలుదేరి, బాలికా పాఠశాలకూ మహిళాకళాశాలకూ వెళ్లి లెక్కలను పరిశీలించి, యోగక్షేమాలరసి, మధ్యాహ్నము ఒంటిగంటకు ఇల్లు చేరుకొనేవారు. గడియారాలు వెనుక ముందులు నడుస్తాయిగాని వారి దినచర్య క్రమమూ కాలమూ తప్పదు. రూకలరాసులను గవ్వలవలె వెచ్చించటము మాడపాటి కలవాటు లేదు. తనస్వంత లెక్కలయినా ప్రజాసంస్థల లెక్కలయినా సరే – తూచి తూచి వాడటము వారికి అలవాటు. ఒక్కపైస లెక్కకు రాకపోతే అర్ధరాత్రిదాటినా ఆ లెక్క తేల్చి నిద్రపోవటము వారి అభ్యాసము. ఇంత నిష్కర్షగా తాను చేయటమే కాకుండా, తనతో కలిసి పనిచేసే వారిచేతకూడా చేయిస్తారు.

పంతులుగారు బహుముఖాలయిన ఉద్యమాలను నెలకొల్పి నా ఆంధ్రాభ్యుదయానికి దివారాత్రాలూ పాటుబడి సేవచేసిన మహావ్యక్తి. తెలంగాణాను తేనె మాగాణిగాచేసిన కృషీవలుడు.

తెలంగాణాలో ఏ వ్యక్తీ నేను ఈ పని చేశానని ముందుకు వచ్చి చెప్పుకోని కారణము పంతులుగారి క్రమశిక్షణ ఫలితమే.

పంతులుగారు 1958లో కొత్తగా ఏర్పాటైన లెజిస్లేటివ్ కౌన్సిల్‌కు సభ్యులుగా ఎన్నుకొనబడి అధ్యక్షులుగా నియమింపబడ్డారు. ఆరు సంవత్సరాలు అధ్యక్షులుగానూ రెండు సంవత్సరాలు సభ్యులుగానూ ఉండి కౌన్సిల్‌లో కొత్త సంప్రదాయాలను నెలకొల్పారు.

ఎనభైఐదు సంవత్సరాల కాలము వెలిగిన ఈ తెలంగాణ వెలుగు సూర్య చంద్రాదులున్నంతవరకూ మనము చూడగలిగేది.

సురవరము ప్రతాపరెడ్డి గారు

"మీకు నిజాం రాష్ట్రంలో ఎవరయినా తెలుసా?" ముప్పది సంవత్సరాల క్రిందట రాష్ట్రేతరాంధ్రుల నెవరినయినా ప్రశ్నించితే "మాకిద్దరే తెలుసు - ఒకరు సురవరం ప్రతాపరెడ్డిగారు మరొకరు మాడపాటి హనమంతరావుగారు" అని ఏ పదిమందో

చెప్పగలిగేవారు.

గోలకొండ పత్రిక అన్ని పత్రికాఫీసులకూ పంపబడేది కనుక ఆ పత్రికాధిపతి యైన ప్రతాపరెడ్డిగారి పేరు కొందరికి పరిచయము. విజయవాడ దాటి సంబంధబాంధవ్యాలుకలవారు కనుక హనుమంతరావు గారు కొందరికిపరిచయము.

మానవుడు యాత్రికుడు. యాత్రికుల జీవితాల ఒకదాని నొకటి పోలటము సర్వసామాన్యము. అందరూ కాకపోయినా కొందరయినా ఒకబాటన నడవటముకూడా సహజమే. కాని మహాపురుషులు నడచేబాటలు ప్రత్యేకమయినవి. వాటిలో ప్రతాపరెడ్డి జీవితపుబాట సరికొత్త రకమైనది.

ప్రతాపరెడ్డిగారు కొండకొనయందుగాని - రమ్యారామమందు గాని - సుఖ సుగంధమందుగాని జన్మించలేదు. రాయచూరు జిల్లా అలంపురము తాలూకాలో నీళ్ళులేని ఇటికాలపాడు అనే కుగ్రామములో - సురవరపు వంశములో పాపిరెడ్డిగా జన్మించారు.

ఉన్నత పాఠశాలవిద్య ఓరుగల్లులో ముగించుకొని కళాశాల విద్యకై హైదరాబాదు చేరుకున్నారు. నిజాం కళాశాలలో ఇంటరు పరీక్షలో గెలుపొందారు.

రెడ్డిగారు ఒక బాటలో విద్యార్జన చెయ్యలేదు. ఇంటర్ పరీక్ష ప్యాసు కాగానే మదరాసు వెళ్లి విద్యాభ్యాసాన్ని కొనసాగించాలనుకున్నారు కాని వేదశాస్త్రాల మీదికి బుద్ధిమళ్లి వాటికొరకు భగీరథ ప్రయత్నము చేశారు. సనాతన విద్యబోధించే వారికి ఆకాలములో ఒక నియమము ఉండేది. మాంసాహారులకు వేద విద్య బోధించటానికి నిరాకరించేవారు. రెడ్డిగారికి దానిలోని ఆంతర్యము తెలుసు. బ్రాహ్మణేతరులకా విద్య

బోధించరని. సామాన్యులవలె చేతికందినదేదో అనుభవంలోకి తెచ్చుకొనే వ్యక్తికాదు రెడ్డిగారు. ఆ అధ్యాపకుల నంతటితో విడిచిపెట్టలేదు ఆ ప్రయత్నాన్నీ అంతటితో వదులుకోలేదు. "మాంసాహారులకు వేదవిద్య చెప్ప కూడదని మాట నిజమే అయితే నేనీ క్షణంనుండి మాంసభక్షణను మానివేస్తా"నని వారితో బేరమాడి, రాజీకుదుర్చుకొని తన పట్టుదలను కొనసాగించుకొన్న భగీరథుడు.

మదరాసు నగరములో వేదశాస్త్రాలు పఠించి, బి.ఏ.బి.యల్.లో కృతార్థులైన తరువాతనే స్వగ్రామం చేరుకున్నారు.

నిజాం రాష్ట్రంలో సాంస్కృతిక సాంఘిక విద్యా రాజకీయ చైతన్యం ఆంధ్ర మహాసభల ద్వారా కలిగింది. ఆంధ్ర మహాసభలకు మూలము గ్రంథాలయోద్యమము. ఈ వుద్యమానికి ప్రభుత్వ పరమైన ఆక్షేపణ లేదు. ఆ కారణం చేత నాయకులు జిల్లాలలో తాలూకాలలో గ్రంథాలయాలను స్థాపించి, వాటిద్వారా సారస్వత వ్యాప్తితో పాటు రాజకీయ చైతన్యాన్ని కూడా కలిగించటానికి పాటు పడ్డారు. గ్రంథాలయ వార్షికోత్సవాలకు పోతన్న, తిక్కన్న, నన్నయ్య వంటి మహాకవుల వర్ధంత్యుత్సవాలకు భాగ్యనగరునుండి అగ్రనాయకులందరూ బయలుదేరి వెళ్లేవారు. నాయకులలో కేవలం రాజకీయాలే మాట్లాడేవారు కొందరు, చారిత్రాత్మక విషయాలే సంభాషించేవారు కొందరు, సాంఘిక సంస్కరణలను గురించి మాత్రమే ప్రసంగించేవారు కొందరు; కాని సంస్కృతములో ఆంధ్రభాషలో, ఆంగ్లభాషలో అసమాన పాండిత్యాన్ని గడించి, ఉరుదూ, పారశీక భాషల్లోని నిగ్గులను తెలిసికొన్న రెడ్డిగారు అన్ని విషయాలను గురించి కూలంకషంగా చర్చిస్తూ సంభాషించ గలిగినవారు వారికి వారేసాటి.

ఆంధ్రభాషాభిమానులమని పైకి చెప్పుకోటానికే సంశయించే ఆ కాలములో నల్లగొండ నుండి నీలగిరి పత్రిక, వరంగల్లు జిల్లా ఇనుగుర్తి గ్రామము నుండి తెలుగు పత్రిక వారపత్రికగా నడపబడుతూ ఉండేవి. కీ.శే.రాజాబహద్దరు వెంకట్రామారెడ్డి ఓ.బి.ఐ.గారు పోలీసు శాఖలో ఉన్నతోద్యోగులు. కనబడ్డ తెలుగుబిడ్డలందరికీ ఏదోవిధముగా సహకరించి వారిని పైకి తీసుకురావలెననే ఉత్సాహము, కాంక్ష ఆయన హృదయములో కెరటమువేస్తూ ఉండేవి. అవకాశాలను చేతబట్టుకొని, వ్యక్తుల కొరకు వెదకే రాజాబహద్దరు దృష్టి ప్రతాపరెడ్డిగారి పైన బడ్డది. నిజాంగారి నిరంకుశ పరిపాలనలో అధికసంఖ్యాకులై ఉండికూడా ఆకుచాటున పిందెమాదిరిగా అల్పసంఖ్యాకులవలె ఒదిగి, ఒదిగి, అణిగి మణిగి ఉండే హిందువులకు రాజా బహద్దురు ఒక పెద్దదిక్కు. నిజాంగారి వద్ద విశ్వాస పాత్రుడైన ఉన్నతోద్యోగిగా ఉండికూడా హిందువులకు సహాయము చేసిన జాత్యభిమాని.

పెట్టుబడి పెట్టగలిగిన ధనవంతుల వద్దనుండి ధనసేకరణ చేసి పత్రికను స్థాపించి ఆధిపత్యము రెడ్డిగారిచేతి కిచ్చారు. అదే గోలుకొండ పత్రిక.

మొగలిపువ్వు పొదలో ఉన్నా దాని సుగంధవాసనలు ఎంతో దూరము వ్యాపించినట్లుగా రెడ్డిగారి విజ్ఞాన సుగంధము నలుప్రక్కలా పత్రికతోపాటు వ్యాపించసాగాయి. ఏ విధంగానయినా రెడ్డిగారిలో నిక్షిప్తమైన విద్యా విజ్ఞానాలను అందరికీ పంచి పెట్టాలని ఆరాటపడిన రాజాబహద్దరు కోరిక నెరవేరింది. రెడ్డి మనుసులో ఉన్న "నారు"కు రాజా బహద్దరు "నీరు" పోసిన వారైనారు.

కాని – రెడ్డిగారి మిత్రబృందానికి ఒకటే భయము – అపురూపంగా వెలుపడిన ఆ పత్రిక ఈ ప్రతిభాశాలి చేతిలో అణగారి పోతుందేమోనని కాని – ఆ పత్రిక అర్ధవార పత్రికగా సుమారు ఇరవయి రెండు సంవత్సరాల కాలము వారి ఆధ్వర్యము క్రింద క్రొత్త పోకడలుపోతూ నడిచింది, వారి సారస్వతశక్తీ నిర్భయకల్పనాశక్తీ, పాఠకులను విస్మయపరుస్తూ ఆకర్షించేవి. వారి సారస్వత సంపద అపారమయినది. ఆ సముద్రం ఎంత లోతైనదో అంత వ్యాప్తికలిగినది. వారి సంపాదకీయాలు అపూర్వమైనవి. సామాన్య దృష్టికి అందనివి.

పత్రికకు బహుళ ప్రచారం కలగాలంటే విజ్ఞానవంతమైన విషయాలకంటె వివాదాస్పదమైన అంశాలే విజయాన్ని సాధించగలవన్న సత్యాన్ని రెడ్డిగారు గ్రహించి పండితులకు జవాబులు ఇలా కొన్ని నెలలు సాగేవి. వాటిని ముగింపుకు తీసుకువచ్చి మరొకటి ప్రారంభించేవారు. పండిత చిదిరెమఠం వీరభద్రశర్మగారు విభూతి పత్రికను నడుపుతూ ఉండేవారు ఆ కాలంలో. రెడ్డిగారు వీరశైవాన్ని గురించి వివాదాస్పదమైన వ్యాసాలు తమ పత్రికలో ప్రచురించేవారు శర్మగారు తమ పత్రికలో ఘాటుగా జవాబులిస్తూ ఉండేవారు. పండితుల వాగ్వివాదాలు పండితులనే కాక – సామాన్యులలో కూడా ఆసక్తినీ ఆకర్షణనూ పుట్టించేవి. అలాగే "న స్త్రీ స్వాతంత్ర్యమర్హతి"ని బలపరుస్తూ వ్యాసాలు వ్రాస్తే రచయిత్రులు కోపగించి శరపరంపరగా జవాబులు కత్తులు నూరుతూ ఇస్తుంటే రెడ్డిగారు మరింత పదునైన భాషల్లో ఖండిస్తూ ఉండేవారు. ఆ రచయిత్రులలో శ్రీమతి యల్లాప్రగడ సీతాకుమారి గారు ఒకరు. ఇలా పత్రికకు ప్రాచుర్యం అధికమైనది.

రెడ్డిగారు విద్యాపిపాస మితమెరుగనిది. ఎక్కడెక్కడి విషయాలో – ఎవరూ స్పృశించని విషయాలను వారు సేకరించారు. వారు రచించిన సాంఘిక చరిత్ర సకలాంధ్రులనూ ఆకర్షించిన ఒక అపూర్వ గ్రంథము. ఎం.ఏ తరగతికి పాఠ్య గ్రంథముగా ఎన్నికైనది. వారు చనిపోయిన తరువాత కేంద్ర సాహిత్య ఎకాడమీ బహుమానం పొందింది. వారి

యువజన విజ్ఞానము పట్టభద్రులకు బాలశిక్ష అయింది.

రెడ్డిగారు అధిక ప్రసంగాలను సహించేవారు కాదు. నిజాం రాష్ట్రంలో కవులులేరని ఎవరో అనామకులూ అవ్యక్తులూ అన్న మాటకు వారి హృదయంలో అభిమానం రోషం పొంగుకుంటూ బుస్సున పైకిలేచాయి. దండోరా వేయించినట్లు పత్రికా ప్రకటనచేసి మరుగుపడిన మాణిక్యాలవంటి కవులను వందలకొలదీ సోదాహరణంగా పరిచయం చేశారు. అదే గొలకొండ కవుల సంచిక. "రోషము కొద్దీ చేసిన పని ఎంతటి మహత్కార్యంగా పరిణమించిన దయ్యా రెడ్డి రాయడా!" అని మిత్రులంతా అభినందించారు. గోలకొండ కవుల సంచికావిర్భావంతో మొదట నోరుజారినవారు పశ్చాత్తాప బడ్డారు. రెడ్డిగారు సాటి తెలుగువారి జేజేలు నందుకొన్నారు.

ఆ కాలములోనే "ప్రతాపరెడ్డి కథలు", "మొగలాయీల కథలు", "హైందవ ధర్మ వీరులు"- ఇంకా ఎన్నెన్నో ఎవరూ విననివీ - కననివీ అనేకంగా రచించారు.

రెడ్డిగారు అతితెలివి వ్రాతలను ఎప్పటికప్పుడు తమ నిశితకరవాలంతో ఖండిస్తూ ఉండేవారు. ఎవరో చాటునుండి కలంపేరుతో రెడ్డిగారి స్నేహితబృందాన్ని విమర్శించి, హేళనచేస్తూ యశోవిమానంలోకి ఎక్కించారు. రెడ్డిగారు ఆ అజ్ఞాతవ్యక్తిని పసిగట్టి మరు సంచికలో ఆయనను కూడా ఆ విమానంలోనే ఎక్కించారు. వారిది స్నేహానికి స్నేహమే విమర్శకు విమర్శే. ఆ అజ్ఞాతవ్యక్తి రెడ్డిగారి స్నేహితులలో ఒకరైన ఖాశింఖాను గారు.

రెడ్డిగారి పాండిత్యమూ పఠనాసక్తీ అపూర్వమైనవి. సాహిత్యంలో వారు సేకరించిన ముడిసరుకు బండ్లకు బండ్లుగా ఉండేదని ప్రతీతి. వారు శ్రద్ధ వహించినట్లయితే ఎన్నో అపూర్వమైన గ్రంథాలను రచించి ఉండేవారు. నిజాం రాష్ట్రాంధ్రులలో అగ్రశ్రేణికి చెందిన కథా రచయిత. వారి "విడాకులు" కథానిక ఎంత నవీన భావాలు కలదో అంత సంస్కారయుతమైనది. రెడ్డిగారు ఎంత ఆసక్తితో నూతన విషయాలను సేకరించేవారో అంత అశ్రద్ధతోనూ వాటినొక మూలకు విసిరివేయగల స్వభావం కలవారు. "కేవలం విద్యా వినోది" అని చనువుతో మిత్రులు మందలించేవారు.

రెడ్డిగారు ప్రజలను ప్రభావితం చేయగల వెన్నో వ్రాశారు. వాటిలో "రామాయణ విశేషాలు" అన్న గ్రంథ మొకటి. ఇది అపూర్వ విమర్శనా గ్రంథముగా పేరు పొందింది. అది చదివిన వారికి రామాయణములోని అన్ని పాత్రలను గురించీ అనేక సందేహాలు ఉత్పన్నమవుతాయి. అది రెడ్డిగారు వాల్మీకి సంస్కృత రామాయణాన్ని క్షుణ్ణంగా పఠించిన తరువాత తమకు కలిగిన సందేహాలను వెలిబుచ్చుతూ రచించిన గ్రంథమో - లేక - విపరీతార్థాలతో సందేహాలను వెలిబుచ్చితే ఆ సందేహ నివారణకొరకు అందరూ సంస్కృత

భాషాధ్యయనము చేసి రామాయణాన్ని పఠించాలన్న ఉద్దేశ్యమో తెలియదు. గాని - అటు వంటి గ్రంథము మాత్రము వారొక్కరే వ్రాయగలరని వ్యాసపరంపర అచ్చువుతున్నప్పుడు పఠితలంతా విస్మయం చెందారు. ఏదయినా అదొక సాహస కృత్యము.

రెడ్డిగారి లేఖని సుధాలహరిని చిమ్మదు. తుహిన శోభను చిప్పిలచేయదు. అది సౌందర్య సౌమనస్యత నెరుగదు. ఆయన లేఖినిలో సహజ సాహిత్య సామర్థ్యము ఉరుములు మెరుపులతో - అదొక విచిత్ర స్రవంతిలో వెలుపడుతూ ఉండేది!

నిజాం రాష్ట్రాంధ్రులు తొలసారిగా స్థాపించుకొన్న ఆంధ్ర మహాసభకు అధ్యక్షుడయే భాగ్యము రెడ్డిగారిదే. ఆనాడు తొలిసారిగా తెలంగాణావాసులు హృదయాలలో ఎన్నో పూదోటలు ఒక్కసారిగా విరియబూచాయి. ఎన్నో వసంతోత్సవాలు జరిగాయి. వెన్నెలలు విరియకాశాయి. ఆ దృశ్యాల్ని చూసిన వారికే తెలుసు.

రెడ్డిగారికున్న శక్తీ ప్రతిభా - సామర్థ్యమూ వారికున్న అండదండలూ పలుకుబడీ ఉన్నతోద్యోగము రాతగినవి. న్యాయశాస్త్రము చదివినవారు గనుక మంచి ప్రాక్టీసు ఉండేది. వారు పదవులనూ కానుకలనూ కాంక్షించే వ్యక్తి కాదు. వాటికోసం ప్రణయలేఖలు వ్రాయలేదు.

వారికి రాజకీయాలలో మెలగ తగిన చాతుర్యంలేదు నేర్పు అంతకంటె లేదు. అనుసరించుకుని తిరిగే స్వభావము అసలేకాదు. లౌకిక మెరుగని అసలైన ప్రజ్ఞాధురీణులు. వారిది పదిమందిని తనచుట్టూ త్రిప్పించుకునే ప్రకృతి కాదు, కొందరు రెడ్డిగారి మాటలో కటుత్వ మెక్కువ - వ్యంగ్యము అధిక మనుకునేవారు. కొందరు రెడ్డిగారు వేమువంటి వారనేవారు. కాని - ప్రథమంలో ఆ విధంగా అనిపించే మాట వాస్తవమేగాని - వారి హృదయాంతరాళంలోకి తొంగి చూడగలిగితే కల్మష మెరుగని, ఆడంబర మెరుగని స్వచ్ఛమైన వెన్నవంటి మనసు గోచరమవుతుంది. కాని అది చెరకుగడ. కష్టపడి పై బెరడంతా తీసి రసాన్ని పీల్చగలిగిన వారికే అది గోచరమవుతుంది. అందుకే కాబోలు శాసనసభకు ఎన్నికయినా పదవి లభించలేదు.

రెడ్డిగారికి సాహిత్య కళారాధన పుట్టుకతోనే వచ్చింది. ఆంధ్ర మహాసభలలో - రాజకీయాలతో పిపాస శాంతించలేదు. ఆరాటము అణగలేదు. విజ్ఞాన వర్ధనీ పరిషత్తును స్థాపించారు. పరిషత్తు సభ్యుల సంఖ్య పరిమితము, సభ్యులందరూ వ్రాయసగాండ్రయి ఉండాలన్న నియమము పెట్టారు. దీనిలో పండితులూ, భాషావేత్తలూ, బహుభాషా కోవిదులూ, శాస్త్రజ్ఞులూ, భిషగ్వరులూ చేరారు.

తెలంగాణాలోని ఏ సంస్థగాని రెడ్డిగారి చేయూత లేనిదిగాని, ఆధ్వర్యము

వహించనిదిగాని లేదనిపించుకున్నది. సారస్వత పరిషత్తు, రచయితల సంఘము, గ్రంథాల యోద్యమము, శ్రీకృష్ణదేవరాయాంధ్ర భాషానిలయమూ, వేమన గ్రంథాలయమూ ఇంకా ఎన్నో - ఎన్నెన్నో! వారి విజ్ఞానములోని ఒక్కొక్క అంశం ఒక్కొక్క సంస్థగా రూపొందాయి.

రెడ్డిగారు పండితుల మధ్య అగ్రతాంబూల మందుకున్నారు. కవులలో మేటి అనిపించుకున్నారు! కథకులలో ప్రథమ శ్రేణికి చెందినవారని పేరు తెచ్చుకున్నారు. బహుగ్రంథకర్తనిపించుకున్నారు.

రెడ్డిగారు ఎంతో గర్వంతో గునుస్తూ "చిన్నప్పటినుండీ బ్రాహ్మణ సహవాసంతో భ్రష్టుడనైనాను" అని మిత్ర బృందం మధ్య ఆసీనులై చెప్పుకునే మొదటి మాట ఆ బ్రాహ్మణులు హైదారాబాదు రాష్ట్రానికి ముఖ్యమంత్రిగాను కేరళ గవర్నరుగాను ఉన్న శ్రీ బూర్గుల రామకృష్ణారావుగారు, ఆంధ్ర పితామహులైన శ్రీ మాడపాటి హనుమంతరావుగారు, కొంతకాలము సుజాత పత్రికకు అధిపతిగాను కోర్టు మునిసిఫ్‌గా రిటైరయిన శ్రీ పి.యన్. గారూనట! పైకి గునుపేగాని మనుసులో వారిపట్ల ఎనలేని గౌరవాభిమానాలు రెడ్డిగారికి.

రెడ్డిగారికి అంశలూ అంకెలూ గోటిమీదనే ఉంటాయని ప్రతీతి. వారు వాకింగ్ ఎన్‌సైక్లోపేడియా అని పేరు గడించారు. పండితుడూ సుహృదుడూ రచనా బ్రహ్మ.

రెడ్డిగారు ఐశ్వర్యంలో మునిగి తేలకపోవచ్చు. తన శక్తి సామర్థ్యాలకూ తగిన వుద్యోగాన్ని సంపాదించుకోలేకపోవచ్చు. రాజకీయాలలోకి దిగి, చర చర ముందుకు నడచి మంత్రి పదవుల నాక్రమించలేకపోవచ్చు. తీయ తీయటి మాటలతో స్నేహిత బృందాన్ని అధికం చేసుకోలేకపోవచ్చు. కాని - విద్యా విజ్ఞానాలను ఔపోశన పట్టినవారు ప్రజ్ఞా - మేధా - శాస్త్రం - కళా అన్నిటిలో నిధి అయిన గొప్ప తెలుగు వెలుగు. ఆంధ్ర, ఆంగ్ల సంస్కృత, ఉరుదూ, పార్శీ భాషా రహస్యాలూ సారస్వత విశేషాలూ అవగాహన చేసుకున్న మహాపండితుడు. తెలంగాణాలో చీకట్లను పారద్రోలటానికి ముందే రాలిపోయిన ఈ అపూర్వ నక్షత్రం; ఒక జాతి రత్నము వారు తెలంగాణాలో జన్మించటము ఆ గడ్డచేసుకున్న పుణ్యము.

బూర్గుల రామకృష్ణరావు గారు

ప్రబోధాన్ని అందుకొని, ప్రజ్ఞ చూపగల వారు కొందరు, ప్రబోధింపబడినా వెనుకబడి ఉండేవారు కొందరు, శిక్షణకు మనసిచ్చేవారు కొందరు, ఇవ్వని వారు కొందరు. వీరందరినీ మనము సమాజములో నిత్యమూ చూస్తూనే ఉంటాము.

పై మొదటి కొందరిలో – వ్యక్తి సహజమైన శక్తి హృదయాంతర్గతమై ఉంటుంది. అనుకూల స్పర్శ తగిలినప్పుడు తల ఎత్తుతుంది. ఇటువంటి కొందరిలో కేరళ గవర్నరుగా పనిచేసిన శ్రీ రామకృష్ణరావుగారొకరు.

ఇంటి పేరు పుల్లమరాజువారు. కాని, మహారాష్ట్ర ప్రాంతములో విద్య సభ్యసించే రోజులలో అక్కడి సంప్రదాయాని కనుగుణంగా వారి గ్రామనామము 'బూరుగుల' పేరు పెట్టుకున్నారు.

ఆనాటి వృత్తులలోకల్లా స్వతంత్రచ్ఛాయ గలది న్యాయవాద వృత్తి. హైదరాబాదు, పూనా, బొంబాయి నగరాలలో విద్యనభ్యసించి, ఎల్.ఎల్.బి. పట్టా పుచ్చుకొని బారిష్టరు అస్గర్ వద్ద జూనియరుగా చేరి, 1925 ప్రాంతములో ప్రాక్టిసు ప్రారంభించారు శ్రీ రామకృష్ణరావుగారు.

ఆకాలములో బ్రిటిషు ఇండియాలో కాంగ్రెసు ఉద్యమము బహుచురుకుగా సాగుతూ ఉండేది. భారతదేశానికి స్వాతంత్ర్యము వస్తుందని అప్పుడే అందరూ దృఢంగా నమ్మారు. అయితే దాదాపు ఆరువందల దాకా ఉన్న స్వదేశ సంస్థానాలన్నీ భారతదేశములో యథారూపంలోనే ఉంటాయనీ, ఆయా సంస్థానాధీశుల ఛత్రచ్ఛాయలో బాధ్యతాయుత ప్రభుత్వము లభిస్తే అంతే చాలుననీ ప్రజలు భావించారు. అప్పుడు అఖిల భారత కాంగ్రెసుకు నామకః ఒక శాఖ హైదరబాదు లోనూ ఉండేది. ఖద్దరు ప్రచారము, అస్పృశ్యతా నివారణ, సంఘ సామరస్యము మొదలైనవి దాని కార్యకలాపాలు. వామననాయక్, కేశవరావు, మాడపాటి హనుమంతరావు, లతీఫ్ సయ్యదు మొదలయిన పెద్దలు సభ్యులుగా ఉండేవారు. బారిస్టరులయిన ఆస్గరు రామచంద్రనాయక్ యువకులు. కేశవరావు

వామననాయక్ బోటి పరిణత వయస్కులు జాతీయోద్యమ ప్రబోధకమయిన ఉపన్యాసాలిస్తూ ఉండేవారు. అప్పుడు ఇక్కడ సత్యాగ్రహాల ప్రసక్తి లేదు. కాని 1931 ప్రాంతములో కొందరు యువకులు ఉప్పు సత్యాగ్రహములో పాల్గొనటానికి హైదరాబాదు నుంచి బొంబాయి, మద్రాసు ప్రాంతాలకు వెళ్ళి కారాగార వాసము అనుభవించారు.

రామకృష్ణరావుగారు న్యాయవాద వృత్తి నవలంబించినప్పటికీ కోర్టే యిహమనీ, పరమనీ భావించలేదు. కోర్టు వ్యవహారాలలో పని ఆరంభించిన మరుక్షణమందే బంగారు పళ్లెములో స్వర్ణమే ప్రత్యక్షము కావలెనని కోరని వ్యక్తీ, మెత్తపడవలసిన సమయాలలో 'ససేమిరా' అని కూర్చోని వ్యక్తీ సామాన్యులు కారు. శ్రీ బూర్గుల ఆకోవకు చెందినవారు. న్యాయవాద వృత్తిలో వుంటూనే తన శక్త్యనుసారము స్థానిక సాంస్కృతిక, రాజకీయోద్యమాలలో పాల్గొనేవారు.

1924లో కాంగ్రెసు రాజకీయాలు లేకపోయినా అప్పుడు ప్రారంభించిన నిజాంరాష్ట్రం ఆంధ్రోద్యమము, గ్రంథాలయోద్యమము, స్వదేశీసంస్థానాల ప్రజల సమాఖ్య (Indian States Peoples Conference)లలో శ్రీ బూర్గుల చురుకుగా అతి సామర్థ్యముతో పనిచేసేవారు. వీరు మొదటి నుండీ ఖద్దరు వస్త్రధారి; కాంగ్రెసు సిద్ధాంతాలపైన నమ్మకమున్నవారు.

హైదరాబాదు నగరములో శ్రీ కృష్ణదేవరాయాంధ్రభాషా నిలయము, ఆంధ్ర సంస్కృతికి కేంద్రము. ఇక్కడి ఆంధ్రులలో ప్రసిద్ధికెక్కినవారు ఆంధ్ర జాతియందు, ఆంధ్ర భాషయందు అభిమానము కలవారు; చాలామందికి ఆ భాషా నిలయముతో సన్నిహిత సంబంధము కలిగిఉన్న వారే. శ్రీ బూర్గుల కార్యదర్శిగా ఉన్నప్పుడే 1926లో ఆ గ్రంథాలయానికి పెద్ద ఎత్తున రజతోత్సవము జరిగింది. తిరిగి వీరి ఆధ్వర్యము క్రిందనే 1951లో స్వర్ణోత్సవము వైభవోపేతముగా జరిగింది. రజతోత్సవ, స్వర్ణోత్సవ సంచికలు వీరి ఆధ్వర్యము క్రిందనే వెలువడ్డాయి.

1930 నుండి 1947 వరకు ఇక్కడి భాషాభిమానులు, భాషా వ్యవసాయకులు అనేక సంస్థలు స్థాపించి తమ తమ నివాసాలకు పరస్పరమూ ఆహ్వానించు కొని విద్వద్గోష్ఠులు, కవి సమ్మేళనాలు సాంస్కృతిక సమావేశాలు జరుపుకొంటూ ఉండేవారు. వీటిలో శ్రీ బూరుగుల అత్యుత్సాహముతో పాల్గొనేవారు. ఆంధ్ర విజ్ఞానపరిషత్తులో చదివిన వ్యాసాల ననుసరించి వ్రాసినట్లే. విజ్ఞానపరిషత్తు సమావేశములో శ్రీ బూర్గుల పర్షియన్ భాషాచరిత్ర వ్రాస్తాననికూడా వాగ్దానము చేశారు.

నిజామురాష్ట్ర ఆంధ్రరాష్ట్ర ప్రథమ సమావేశానికి సురవరము ప్రతాప రెడ్డిగారు

అధ్యక్షులుగాకాగా, దేవరకొండలో జరిగిన ద్వితీయ మహాసభకు శ్రీరామకృష్ణరావుగారు అధ్యక్షులు, తరువాత - క్రమముగా జరిగిన వార్షిక సమావేశాలలో పాల్గొంటూ కార్యనిర్వాహక వర్గంలో నిరంతరాయంగా పనిచేశారు. ఆ సమావేశాలకు అధ్యక్షత వహించిన వారిలో సర్వశ్రీ మాడపాటి హనుమంతరావు, కొండా వెంకటరంగారెడ్డి, మందుముల నరసింగరావు, రావి నారాయణరెడ్డిగార్లు రాజకీయంగా ప్రాముఖ్యము వహించారు. ఈ ఆంధ్రమహాసభ పరోక్షంగా రాజకీయ సభయే. ఇదే తరువాత కాంగ్రెసు సంస్థగా రూపొందింది.

1930-40లకు మధ్య నిజాము రాష్ట్రములో ముల్కీ ఉద్యమము తీవ్రరూపములో చెలరేగింది. రాష్ట్రములో 12% మహమ్మదీయులు, మిగతా 88% హిందువులు. ప్రభుత్వోద్యోగాలలో ఎక్కువగా మహ్మదీయులే నియమింపబడేవారు. కొంతభాగము కాయస్థుల చేతిలోనూ, మహారాష్ట్రుల చేతిలోనూ ఉండేది. పంజాబునుంచి, యు.పి నుంచి వచ్చిన మహమ్మదీయులు సులభంగా పెద్ద ఉద్యోగాలను సంపాదించ కలిగేవారు. మొదట చేరినవారు తమ బంధుమిత్రులను ఆహ్వానించి స్థానాలు కల్పించేవారు. రాను రాను స్థానిక మహమ్మదీయులలో కొంత అలజడి ప్రారంభమయింది. 'స్థానిక మహమ్మదీయుల ప్రాధాన్యము తగ్గకుండా, అవసరమయితే స్థానిక హిందువులను కూడా ప్రోత్సహించాలి. కాని బయటివారిని రానీయరాదు; ఉత్తర హిందూస్థానీయుల దాడిని ఏ విధంగానైనా అరికట్టాలి, అంటూ రాజకీయాలలో మతభేదాలున్నా ఈ ప్రణాళికపైన హిందూ ముస్లిములు కలిసి కొంతవరకైనా పనిచేయటానికి వీలుకలిగింది. 'అంజుమనే జమీయతు నిజాము' అనే ఈ సంస్థకు మాజీమంత్రి నిజామత్ జంగు అధ్యక్షుడు. శ్రీ రామకృష్ణరావుగారు కార్యదర్శి. కొంతకాలము తరువాత సుప్రసిద్ధులయిన అలీయావర్జంగు, బాకరలీమీర్జా మొదలయినవారు ఈ సంస్థకు దోహదమిచ్చారు. ఉర్దూ పర్షియను భాషలలో ప్రజ్ఞ ఉండటమేకాక, అవకాశము ఉన్నంత వరకు తన సిద్ధాంతాలను వదులుకోకుండా మహమ్మదీయులతోను, మహారాష్ట్రులతోను కలిసి పనిచేయగలరనటానికి ఇది ఒక ప్రబల నిదర్శనము.

1938లో స్టేటు కాంగ్రెసు స్థాపిత మయి, బాధ్యతాయుత ప్రభుత్వము కొరకు పోరాటము సాగించింది, సంస్థ పుట్టగానే నిషేధింపబడ్డిది. కనుక ఎవరెవరు సభ్యులుగా ఉండిరో బాహాటంగా చెప్పటము కష్టము. అప్పటి పరిస్థితులలో ఆస్తిపాస్తులు కల వారూ, ప్రసిద్ధులూ అయిన నాయకులు బయటపడలేదు. రెండవ తరగతివారు కొన్ని ముఠాలుగా సత్యాగ్రహముజేసి జైలుకు వెళ్లారు. అంతవరకూ ఇక్కడ ఎవరికీ పరిచితుడుగాని స్వామీ

రామానందతీర్థ రెండవ జట్టుకు నాయకుడుగా జైలుశిక్ష పొందాడు; ఆ త్యాగమువల్లనే ఆయన స్థానిక రాజకీయాలలో తరువాత సుప్రసిద్ధుడైనాడు శ్రీ రామకృష్ణరావు గారు అప్పుడు బయట పడకపోయినా ఆ కాంగ్రెసు కార్యకలాపాలతో సన్నిహిత సంబంధము వారికి ఉండేది.

మేధావి అయిన రామకృష్ణరావుగారు సమర్థుడయిన న్యాయవాదిగా పనిచేస్తూ శక్త్యనుసారము ప్రజాసేవ చేస్తూఉంటే, సాధారణ పరిస్థితులలో న్యాయమూర్తి పదవిలో ఉండే వారేమో కాని, వారు రాజకీయాలలో ప్రముఖుడుగా, నాయకుడుగా, మంత్రిగా - ముఖ్యమంత్రిగా - గవర్నరుగా సోపాన పరంపరను అధిష్ఠించటానికి గొప్ప అవకాశాలు 1947 నుండీ కలిగాయి.

ఆగష్టు 1947లో భారతదేశానికి స్వాతంత్ర్యము వచ్చినా హైద్రాబాదులో రజాకారు ప్రభుత్వము వెలసింది. ఇండియాతో సాహచర్యానికి రజాకార్లు అంగీకరించలేదు. ఆకాలములో హైదారాబాదులోని బేగముబజారులో జరిగిన ఒక రాజకీయ సభలో ఉపన్యసించిన దానికి ఫలితంగా శ్రీ రామకృష్ణరావుగారికి కారాగారవాసశిక్ష పడ్డది. జయిలునుండి విడుదల కాగానే వారు మద్రాసు ప్రాంతానికి వెళ్లి స్టేటు కాంగ్రెసు ప్రచారానికి నిర్విరామంగా కృషి చేశారు.

పోలీసు చర్యానంతరము హైదరాబాదు పట్టణములో జరిగిన రాష్ట్రకాంగ్రెసు సమావేశములో అధ్యక్షస్థానానికి స్వామీ రామనంద తీర్థతో పోటీచేశాక గెలిచింది స్వామీజీ. కాని ఆంధ్రులలో రాష్ట్ర కాంగ్రెసును కధ్యక్షుడు కాదగిన వాడు. నాయకత్వము వహింపకలవాడు ఉన్నాడని ఆంధ్రులు ఉప్పొంగిపోయారు. ఢిల్లీలో సర్దారు పటేలు మొదలయినవారికి కూడ ఈ విషయము విదితమయింది.

ఆ తరువాత స్వామిజీ అనుయాయులలో కొందరు కమ్యూనిస్టు పార్టీలో చేరారు; మిగిలిన వారిలో కొందరు బాధ్యతారహితంగా ప్రవర్తించటము మొదలుపెట్టారు. ఈ ధోరణి కనిపెట్టి శ్రీ రామకృష్ణరావుగారు రాష్ట్ర కాంగ్రెసుకు ప్రతిగా ఒక సంస్థను స్థాపించి జనార్దనరావు దేశాయి అధ్యక్షుడుగా, తాను కార్యదర్శిగా కాంగ్రెసు ప్రచారం సాగించారు. ఈ సంధర్భంలో యుక్తి యుక్తంగా" మాది కాంగ్రెసు నుండి విడిపోయిన ముఠాకాదు - మాదే అసలయిన కాంగ్రెసుసంస్థ. స్వామీజీ అనుయాయులు నిజమయిన కాంగ్రెసు వారని మేము అంగీకరించము," అని ప్రకటించారు. ఈ గోసాయి - దేశాయి అంతఃకలహాలలో సర్దారు వల్లభభాయి పటేలు జోక్యము కలిగించుకొని, అన్ని విషయాలనూ సాకల్యముగా పరీక్షించి, స్వామిజీని అధ్యక్ష పదవినుండి వైదొలగ మన్నారు. దీనితో

శ్రీ రామకృష్ణరావుగారికి ప్రాముఖ్యం ఏర్పడ్డది.

శ్రీరామకృష్ణరావుగారు ఉర్దూ, పర్షియన్, కన్నడ మహారాష్ట్రభాషలు బాగా తెలిసినవారు. సమర్థుడైన న్యాయవాది. సంస్కృతాంధ్ర భాషలలో కవిత్వము చెప్పగలవారు. వారి రచనలు - 1.కృష్ణశతకము 2.పండితరాజ పంచామృతము 3.సారస్వత వ్యాసముక్తావళి 4.వెంకటేశ్వర సుప్రభాతము (తెలుగులో సంస్కృతములో) 5.కల్చరల్ సింథెసిస్ ఇన్ ఇండియా (ఆంగ్లములో) 6.ఉమర్ ఖయామ్ (పర్షియన్ నుంచి అనువాదము) 7.సూఫీసర్మద్ (పర్షియన్ నుంచి అనువాదము) 8.కనకధారాస్తవము 9.సౌందర్యలహరి మరింకెన్నోబండెడు అముద్రితాలు. ముస్లిములతోను మహారాష్ట్రులతోను కలిసికట్టుగా పనిచేయటానికి అలవాటుపడి, వారందరి మన్ననల నందుకొన్నవారు. రాష్ట్రాంధ్రులలో ప్రముఖులు, నెహ్రూ పటేలుమన్ననలందుకొన్నవారు. ఈ కారణాలచేత 1950 జూను నెలలో వెల్లోడి ప్రభుత్వ మేర్పడినప్పుడు ఎన్నుకోబడిన నలుగురు ప్రజాప్రతినిధి మంత్రులలోను వీరికే ప్రాముఖ్యమబ్బినది. భూమ్యాదాయ విద్యాశాఖలకు మంత్రి అయినారు ఇతర మంత్రులను వీరి సలహాపైననే ఎన్నుకొని ఉంటారు. ప్రత్యేకంగా నామకరణము చేయకపోయినా ముఖ్యమంత్రి అయిన వెల్లోడికి వీరు ఉపముఖ్యమంత్రిగా పని చేశారు.

1952 మార్చిలో రాష్ట్రముఖ్యమంత్రిగా ఎన్నికయినారు. ఎందరు నిరోధించినా యెన్ని ఒడుదుడుకులు వచ్చినా, నిగ్రహించుకోగలిగారు శ్రీరామకృష్ణరావుగారు.

రజాకార్ల కాలములో అల్లకల్లోలాల పాలయిన రాష్ట్రాన్ని మంచి పరిస్థితిలోకి తీసుకురావటము, సౌమ్యపద్ధతులలో కమ్యూనిస్టుల బలాన్ని తగ్గించటము, రాష్ట్రములో విద్యాభివృద్ధికి ప్రయత్నించటము, భూ సంబంధ చట్టాలను రూపొందించటము హైదరాబాదు రాష్ట్రములో వారి చేతిమీదుగా జరిగాయి.

అచ్చంగా నిజామురాష్ట్రపు బిడ్డడూ, మహమ్మదీయులతో సన్నిహితంగా కలిసిమెలిసి పనిచేసిన వ్యక్తీ, ముల్కీ సానుభూతిని కలిగినటువంటి శ్రీ రామకృష్ణరావుగారు రాష్ట్ర పునర్వ్యవస్థీకరణ సంఘం నివేదికపట్ల వహించిన దృక్పథము ప్రశంసాపాత్రమైనది. ఇదే వారికెక్కువ గౌరవమాపాదించి పెట్టినది. స్థానికపరిస్థితులు, అభిమానాలు, పట్టుదలలు వారికి తెలియనివికావు. వారి మంత్రి వర్గములోని ఇద్దరు ఆంధ్రసభ్యులు తీవ్ర తెలంగాణావాదులు నివేదిక వచ్చిన కొంతకాలమువరకు వారు ఏ ప్రకటన చేయలేదు. సమగ్రంగా పరిస్థితులను గమనించారు; దేశాభ్యున్నతిని విలోకించారు. హఠాత్తుగా ఒకనాడు మహబూబునగరునుండి సమగ్ర ఆంధ్రప్రదేశావతరణకు అనుకూలంగా నిర్మొగమాటంగా ప్రకటనచేశారు. తదాది ఆంధ్రప్రదేశావతరణకై నిర్విరామంగా కృషిచేశారు. తాను తిరిగి

1957 ఎన్నికలలో పోటీ చేయనని, తనకు ముఖ్య మంత్రిత్వముగాని మంత్రి పదవిగాని అక్కరలేదనీ, దేశాభ్యున్నతి దృష్టితోనే ఆంధ్రప్రదేశ్‌ను సమర్థిస్తున్నానని వెల్లడించారు. సమైక్య ఆంధ్రప్రదేశావతరణకు తోడ్పడటమేకాక, కొత్త ప్రదేశానికి సుస్థిరమయిన, సర్వజనామోదకరమయిన మంత్రిమండలి ఏర్పడటానికి కూడా సహకరించారు.

ఈ సమైక్యత విషయంలో 1953లో ఏర్పడిన ఆంధ్రరాష్ట్ర ప్రజలలో భేదాభిప్రాయాలు లేనేలేవు. మదరాసు నుండి తరలి వచ్చిన తరువాత రాజధాని విషయమైవివాదాలు, సాధక బాధకాలు వారనుభవించినవే. ప్రభుత్వ కార్యాలయాలు, హైకోర్టు, జనరల్ హాస్పిటలు, శాసనసభా భవనము మొదలగు హంగులతో సుమారు తొంభై ఆరు చదరపు మైళ్ళుగల హైదారాబాదు పట్టణము రాజధానిగా లభించింది. తెలంగాణాలో ఉన్న ఆజంజాహి మిల్సు, సిరుపూర్ పేపరు మిల్సు, సిర్‌సిల్కు, బోధను పంచదార ఫ్యాక్టరీ, సింగరేణి, బెల్లంపల్లి బొగ్గు గనులు, ప్రాగటూల్సు, సికిందరాబాదులోని రైల్వే కర్మాగారము ఇండియాలోనే కాదు ఆసియాఖండములోనే ప్రముఖములయినవి. ఇటువంటి పరిశ్రమలవలన సమైక్యాంధ్ర ప్రదేశానికి తగినపుష్టి చేకూరుతుంది. ఆంధ్ర ప్రదేశము కావాలా – లేక తెలంగాణా విడిగా ఉండిపోవలెనా అన్న సిద్ధాంతరాద్ధాంతాలు తెలంగాణా వారిలోనే చెలరేగాయి. వారిని సుముఖులనుచేసి, ఆంధ్రప్రదేశ్‌ను రూపొందించటానికి తోడ్పడిన శ్రీ బూరుగుల రామకృష్ణరావుగారు ప్రశంసార్హులు.

కేరళ గవర్నరుగా వారిసేవలు మెప్పుపొందాయనటానికి సందేహము లేదు. శ్రీ బూరుగుల రామకృష్ణరావుగారు ఇంట గెలిచి రచ్చగెల్చిన వ్యక్తి.

వారు కేరళనుండి వచ్చినా – ఉత్తరప్రదేశ్‌లో గవర్నరుగా ఉండి వచ్చినా హైదరాబాదు నగరానికి రాత్రి పగలు భేదం తెలియదని అప్పటి ముఖ్యమంత్రి సంజీవరెడ్డిగారనటంలో ఆశ్చర్యమేమీ లేదు.

రామకృష్టారావుగారి మూర్తి చిన్నది కాని కీర్తి పెద్దది. ఈ తెలుగు వెలుగు నవరత్నాలలో ఒకటి. అమరులయినప్పటికీ ఆతేజస్సు వారు కృషి చేసిన రంగాలలో ఎప్పటికి కాంతులీనుతూనే ఉంటుంది.

ఆదిరాజు వీరభద్రరావు గారు

ఎదటి వ్యక్తిలోని దోషాలను కాక అతడిలో ఉన్న సుగుణాలను మాత్రమే చూడటానికి ఆత్రబడేవాడు మహాత్ముడు. తన లోపాలను క్షమించని వ్యక్తి - ఎదుటివారి ప్రతిభకు అంజలి ఘటించే వ్యక్తీ మహనీయుల కోవలో చేర్చబడతారు. ఈ కోవలోనివారు శ్రీ ఆదిరాజు వీరభద్రరావుగారు.

నిండైన ముతకధోవతీ దానిపైన క్లోజ్డు కాలరు కోటూ తలకు పాగా వీపున జాలీ సంచీ బక్కపలచగా ఐదడుగుల ఎత్తున వెలుగులు జిమ్మే కళ్లతో కాళ్లకు ఆకుచెప్పులు ధరించి హైదరాబాదు నగరంలో మలక్‌పేట నుండి అబిడ్ రోడ్డున ఉన్న చాదర్‌ఘాట్ హైస్కూలుకు ఉదయం ఎనిమిది గంటల వేళ భోజనంచేసి ఘాటైన జరదాబీడా పుక్కిట పెట్టుకుని, గబగబా అడుగులు వేసుకుంటూ నడచి వెళ్లే వ్యక్తి ఆదిరాజు వీరభద్రరావుగారు. అలా 1949 వరకూ ఉదయము ఎనిమిదీ తొమ్మిది గంటల మధ్య సాయంకాలము నాలుగూ ఐదుగంటల మధ్య ఒక సామాన్య వ్యక్తిగా రావుగారిని అందరూ చూసే ఉంటారు.

రావుగారిని చూస్తే హైదరాబాదులో పుట్టిన తెలుగువారి సంస్థలను పెంచి పెద్దచేసిన మహనీయుడని ఎవరూ అనుకోరు. వాటికోసం తన రక్తమాంసాలను ఒడిపి కృషి చేసి, అవి తనకంటె ఎత్తుగా ఎదిగిపోతుంటే వాటిని చూసుకుని మురిసిపోతూ తాను మాత్రం ఎక్కడ వేసిన గొంగళి అక్కడే అన్నట్లు ఉన్నా, హృదయంనిండా అమృతం నింపుకున్న నిండైన మనిషి రావుగారు. వారిని పలకరిస్తే అనర్గళంగా చెప్పుకుంటూ పోతారు. తెలంగాణాను రతనాల వీణను చేసిన వైనం. తెలంగాణా వీర ప్రసవిని. వీరులూ, విజ్ఞానులూ, పండితులూ, కవులూ ఈతల్లి కడుపున పుట్టారు. రావుగారు 1890లో ఖమ్మం జిల్లా మధిర తాలూకా దెందుకూరు గ్రామంలో జన్మించారు. అక్షరాభ్యాసానికి పూర్వమే పితృవిహీనులయిన రావుగారు, పదకొండు సంవత్సరాల వయసులో హైదరాబాదు నగరంలోని బంధువుల ఇంటికి వచ్చారు, అప్పటికి వారికి భాగవత, భారత, రామాయణ

గ్రంథాలను చదవటం, అమరంలాంటి నిఘంటువులను కంఠతః నేర్చుకోవటం, శ్రావ్యంగా శ్లోకాలు పద్యాలు చదవటము వచ్చు. వారి ప్రాథమిక విద్య ఖమ్మం తాలుకా కొణిజర్లలో ముగిసింది.

అప్పటి నిజాంరాష్ట్రంలో రెండంటే రెండే తెగలు హిందువులు, మహమ్మదీయులు, హిందువులంతా కులతత్వ మెరుగని అన్నదమ్ములు. దూరపు బంధువులుగాని ఎరకపరకలుగాని ఎంతదూరం నుండైనా వచ్చి - "ఈ సహాయం మీవల్లకావలె"నంటే తన స్థితిగతులెట్లా ఉన్నా నడుంకట్టుకుని - వచ్చినవాళ్లకు పట్టెడన్నంపెట్టి ఇంట వుంచుకొని ఆదరించే నాగరికత - సంస్కారమూ వారిది. పదకొండు సంవత్సరాల కొడుకును చేతబట్టుకుని, భాగ్యనగరం వచ్చి అతడికి చదువు చెప్పించి పుణ్యం కట్టుకొమ్మని వేడుకున్నది రావుగారి తల్లి. ఆమె అర్థించినది శ్రీ రావిచెట్టు రంగారావుగారిని. సంతానములేని రంగారావుగారు అదెంత భాగ్యమని ఆదరంతో చేరదీసి చదువు చెప్పించారు. రావుగారి విద్యార్జన చాదర్‌ఘాటు హైస్కూల్లో జరిగింది. వారి తెలుగు పండితులు రాయప్రోలు సోమయాజిగారు. వారు తమ తెలుగు అధ్యాపకృత్తిలో ఎంతో మంది విద్యార్థులను పండితులుగా తయారుచేశారు. వారిలో రావు గారొకరు.

రావుగారు ప్రప్రథమంగా ఉపాధ్యాయులుగా పనిచేసింది సికిందరాబాదులోని మెహబూబ్యా హైస్కూలులో, ఆ తరువాత చాదర్‌ఘాట్ హైస్కూలులో అధ్యాపకులుగా చేరారు.

చాదర్‌ఘాటు హైస్కూలు నుండి సాయంకాలము ఐదుగంటలకు బయలుదేరి సరాసరి సుల్తాన్‌బజారులో ఉన్న శ్రీ కృష్ణదేవరాయాంధ్ర భాషానిలయంలో గ్రంథపాలకుడిగానో - కార్యదర్శిగానో - కార్యవర్గ సభ్యుడిగానో తన విధ్యుక్తధర్మాన్ని నిర్వర్తించుకుని ఆరు ఏడుగంటలకు తిరిగి ఇల్లు చేరుకునే అలవాటు రావుగారికి. శ్రీ కృష్ణదేవరాయాంధ్ర భాషానిలయంలో ఏదయినా సభా సమావేశం ఉన్నట్లయితే దానిని జరిపించి సభికులకు కృతజ్ఞతలు తెలిపి మరీ ఇంటికి వెళ్లే అలవాటు.

రావుగారి గడచిన జీవితాన్ని గురించి చెప్పటమంటే భాగ్యనగరంలో సారస్వత సాంస్కృతిక వికాసాన్ని గురించి చెప్పటమన్న మాట.

ఆ రోజుల్లో రాజభాష అయిన ఉర్దు బోధనభాషగాగల పాఠశాలలు కళాశాలలు కొన్ని - ఇంగ్లీషు బోధనాభాషగా కొన్ని ఉండేవి. ఆంధ్ర భాష మాట్లాడేవారూ ఆంధ్ర భాషాభిమానులు ఎందరున్నా ఆ భాషకు తగిన ప్రోత్సాహములేదు. రావిచెట్టు రంగారావుగారు ఆంధ్ర సారస్వతాభిమాని. రావుగారు విద్యాభ్యాసం చేస్తున్న రోజుల్లోనే

మునగాల రాజాగారైన శ్రీ నాయని వేంకట రంగారావు బహద్దరువారు, కొమర్రాజు వేంకట లక్ష్మణరావుగారు, రావిచెట్టు రంగారావు గారు–ఈ ఆదర్శ మూర్తులు ముగ్గురూ కలిసి శ్రీకృష్ణదేవరాయాంధ్ర భాషానియాన్ని 1901లో స్థాపించారు. భాషానిలయానికి రంగారావుగారే కార్యదర్శిగా పనిచేస్తూ తమ ఇంటనే ఆ సంస్థను నెలకొల్పారు. అది మొదలుకొని ఎక్కడెక్కడినుంచో గ్రంథాలు వచ్చి చేరాయి ఆ ఆలయంలోకి. గ్రంథాలయానికి వీరభద్రరావుగారు గౌరవ గ్రంథపాలకులు. ఒక సారస్వతాభిమానిగా గ్రంథాలయాన్ని అభివృద్ధి చేశారు.

ఆ కాలంలో హిందువులు సారస్వత రాజకీయ ఆర్థిక సామాజిక విద్యా వైజ్ఞానిక విషయాలలో ఏవి చర్చించుకోవాలన్నా వేదికలేదు. నలుగురు హిందువులు కలిసి ఏ సమావేశము చేసుకోవాలన్నా ప్రభుత్వానుమతి కావాలి అందుకే పెద్దలందరూ కలిసి భాషా విషయైకచర్చలు సలుపుతామని ప్రభుత్వానుమతి సంపాదించి గ్రంథాలయ వేదికనధిష్ఠించేవారు.

రంగారావు గారింట నెలకొల్పబడిన గ్రంథాలయములో సంస్కృతాంధ్రగ్రంథాలు కూలంకషంగా చదివి పాండిత్యం సంపాదించిన వారిలో రావుగారొకరు.

కొమర్రాజు లక్ష్మణరావుగారు, నాయని వేంకటరంగారావుగారు, రావిచెట్టు రంగారావు కలిసి రంగారావు గారి గృహంలో విజ్ఞానచంద్రికా గ్రంథమాలను స్థాపించారు. రచనలు చేయటం ముద్రించటం కూడా వారిపనే. భాషానిలయమూ, గ్రంథమాల సంస్థలలో రంగారావు గారికి కుడిభుజంగా రావుగారు పనిచేసేవారు.

1908లో విజ్ఞాన చంద్రికా గ్రంథమండలి కార్యాలయము మదరాసుకు మారవలసి వచ్చింది. రావిచెట్టు రంగారావు దంపతులు మదరాసుకు తరలి వెళ్లుతూ ఆదిరాజు దంపతులను వెంటబెట్టుకు వెళ్లారు. అక్కడ రావుగారికి రావు బహద్దరు కందుకూరి వీరేశలింగం పంతులు, గురజాడ అప్పారావుగార్ల పరిచయభాగ్యము కలిగింది.

రావుగారిపైన కొమర్రాజు లక్ష్మణరావుగారి ప్రభావము చాలా ఉన్నది. వారి కార్యదీక్షా, ఆంధ్రభాషాభిమానమూ, దేశభక్తి, విజ్ఞానతృష్ణ, పరిశోధనా విధానము; రావిచెట్టువారి పరోపకార పరాయణత్వమూ నిస్వార్థసేవాభిలాషా యువకులయిన రావుగారిపైన మాయని ముద్రలు వేశాయి. వారినుత్తేజపరచాయి.

విజ్ఞాన చంద్రికామండలిలో దేశభక్తుల జీవిత చరిత్రలు అచ్చువేయాలని పెద్దలు నిశ్చయించారు. మొదట భారత కాంగ్రెస్ అధ్యక్షుడైన ఉమేశచంద్ర బెనర్జీ, సాహిత్యవేత్త రాజనీతికుశలుడూ అయిన రమేశ్‌చంద్ర దత్తుల జీవితచరిత్రలు రచించి ముద్రణ కాక

పూర్వమే రంగారావు గారు చనిపోవటం తటస్థించింది. రావుగారు రంగారావు గారి జీవితచరిత్ర వ్రాసి తన మాతృదేవికి అంకితమిచ్చి తనను కన్నవారిదీ, తనను అభివృద్ధిలోకి తీసుకువచ్చిన వారిదీ ఋణము తీర్చుకున్నారు.

కొమర్రాజు లక్ష్మణరావు గారు ఆంధ్ర విజ్ఞాన సర్వస్వమనే బృహత్తర ప్రణాళికను చేపట్టారు. తీరిక సమయాలలో లక్ష్మణరావు గారికి రావుగారు సహాయపడుతూ గొప్ప అనుభవాన్నీ కార్యదక్షతనూ చారిత్రక పరిశోధనకు కావలసిన ఉత్తమ లక్షణాలను పెంపొందించుకున్నారు. 1908-1914 మధ్య కాలములో రావుగారు మదరాసులో వున్నారు. హైదరాబాద్‌కు తిరిగి వచ్చిన తరువాత ఉద్యోగములో ప్రవేశించారు. ప్రభుత్వోద్యోగము నుండి రిటైరైన తరువాత 1949 నుండి 53 వరకు నారాయణగూడలో వున్న బాలికోన్నత పాఠశాలలో పనిచేశారు. రావుగారి బోధనా పద్ధతి కూడా ప్రత్యేకమయినదే. విద్యార్థులు తిరిగి పాఠ్యగ్రంథం చదువుకోనక్కర లేకుండా పాఠంచెప్పే అలవాటు వారిది. శిష్యులలో సారస్వతాభిలాష కలిగించారు.

రావుగారు మదరాసు నుండి హైదరాబాద్ నగరానికి తిరిగి వచ్చిన తరువాత శ్రీ కృష్ణదేవరాయాంధ్ర భాషానిలయ భవన నిర్మాణానికి సర్వశ్రీ నాంపల్లి గౌరీశంకర వర్మ, మాడపాటి హనుమంతరావు, శింగర పెరుమాళ్లు నాయుడు గార్లతో కలిసి కృషిచేశారు. రావిచెట్టు రంగారావు గారి భార్య లక్ష్మీనరసమ్మ గారి స్వర్ణాభరణాలతో రంగారావు దంపతుల స్మృతి చిహ్నంగా భవన నిర్మాణం జరిగింది. దానికి ప్రారంభోత్సవం 1921 సెప్టెంబర్‌లో శ్రీ కట్టమంచి రామలింగారెడ్డి గారిచే జరిగింది. ఈ గ్రంథాలయంలో స్త్రీలు ప్రత్యేకంగా కూర్చోటానికి ఒక బాల్కనీ కొరకు రావుగారు కృషిచేసి సాధించారు. ఈ గ్రంథాలయ రజతోత్సవ, స్వర్ణోత్సవ, వజ్రోత్సవ సంచికలు వీరి ఆధ్వర్యములోనే వెలువడ్డాయి.

ఆంధ్రులు అధిక సంఖ్యాకులుగా ఉన్న రాజధానియైన భాగ్యనగరంలో తెలుగు భాషలో మాట్లాడితేనే మహాపాపంగా పరిగణించబడిన ఆ రోజుల్లో ఆంధ్ర భాషకు గౌరవమాపాదించాలన్న సంకల్పంతో సర్వశ్రీ మాడపాటి హనుమంతరావు, బూరుగుల రామకృష్ణరావు, మందుముల నరసింగరావు, డాక్టరు పండిత రామస్వామి నాయుడు గార్లతో కలిసి రావుగారు ఆంధ్ర జనసంఘాన్ని స్థాపించారు. దీని అనుబంధ సంఘమే ఆంధ్రపరిశోధక మండలి. దీనిని 1922 డిసెంబర్‌లో స్థాపించారు. తెలంగాణ ప్రాంతంలో శాసన రూపాలలోను తాళపత్ర గ్రంథరూపములోను, నాణెముల రూపములోను వెలుగు చూడక మరుగుపడి ఉన్న చారిత్రక సాధనాలను సేకరించి ప్రచురించటానికి నిశ్చయించారు. అప్పటి ఆంధ్రజనసంఘమే ఆంధ్ర మహాసభగా రూపొందింది.

లక్ష్మణరావుగారి మరణానంతరము వారి స్మృతి చిహ్నంగా ఆంధ్ర పరిశోధక మండలి లక్ష్మణరాయ పరిశోధక మండలి అయింది. దానికి కార్యదర్శిగా రావుగారు, అధ్యక్షులుగా శ్రీ రాజా నాయని వేంకటరంగారావు గారు పనిచేశారు. ఈ పరిశోధక మండలి 57 కాకతీయ శాసనాలు, 42 చాళుక్య శాసనాలు, 24 ఇతర శాసనాలు ఒక సంపుటిగా 1935లో ప్రచురించింది. దీనివలన ఆంధ్రుల చరిత్ర ఒక కొత్తవెలుగు సంతరించుకున్నది. ప్రఖ్యాతులైన వేంకటరమణ కవులు, డాక్టరు మారేమండ రామారావు, భావరాజు వేంకట కృష్ణారావు గార్ల కృషితో తెలంగాణ శాసనాల ప్రథమ సంపుటి తయారైంది. దాని రెండవ సంపుటి 1960లో శాస్త్రీయ పరిశోధన సంస్కృతి శాఖలవారి సహాయంతో ప్రకటింపబడ్డది. దీనిలో 85 శాసనాలు ప్రకటించారు. శ్రీయుతులు మల్లంపల్లి సోమశేఖరశర్మ, గడియారం రామకృష్ణశర్మ గార్లు నకళ్లు వ్రాయటంలో సహకరించారు. ఈ రెండు సంపుటాలు వెలువడటంలో రావుగారు చేసిన కృషి చెప్పనలవి కానిది.

శ్రీ మాడపాటి హనుమంతరావుగారి షష్టిపూర్తి సందర్భంలో సన్మానము చేయబడిన సొమ్ముతో ఆంధ్రచంద్రికా మండలి స్థాపించబడ్డది. దానికి మాడపాటి అధ్యక్షులు. రావుగారిని ముఖ్య సంపాదకులుగా సభ్యులు ఎన్నుకొన్నారు. ఈ మండలి పక్షాన శ్రీ ఖండవల్లి బాలేందు శేఖరంగారు వ్రాసిన 'విస్మృత సామ్రాజ్యములు', శ్రీ మాడపాటి వ్రాసిన "తెలంగాణ ఆంధ్రోద్యమము" శ్రీ ఖండవల్లి లక్ష్మీరంజనంగారు వ్రాసిన "ఆంధ్రుల సాహిత్య చరిత్ర సంగ్రహము" రావుగారు వ్రాసిన "ప్రాచీనాంధ్ర నగరములు" – ఈ నాలుగు గ్రంథములు వెలువడ్డవి.

సర్వశ్రీ శ్రీ మాడపాటి హనుమంతరావు, బూరుగుల రామకృష్ణారావు, ఖండవల్లి లక్ష్మీరంజనం గార్లు నెలకొల్పిన సంగ్రహాంధ్ర విజ్ఞాన కోశములో రావుగారు పనిచేశారు. తెలుగు భాషా సమితివారు ప్రచురించిన విజ్ఞాన సర్వస్వానికి తెలంగాణకు సంబంధించిన వ్యాసాలెన్నిటినో వ్రాశారు. తెలంగాణలో ఏ సంస్థ ఏ ఉద్యమము ప్రారంభమైనా రావుగారి శుభాకాంక్ష లుండవలసిందే.

రావుగారిది అద్వైతమత మంటారు అందరు. కాని – వారు అన్ని మతాలూ మనవేనోయ్ అన్న విశాల హృదయులు. ఇతర మతాలను గురించి క్షుణ్ణంగా చదివి పరిశోధన చేసి రచనలుచేసిన మహారచయిత.

రావుగారు సారస్వత వ్యవసాయముచేసి బంగారు పంటలు పండించిన కర్షకులు. వారి రచనలు 1.చిత్రశాకున్తలము, 2.తెలంగాణము, 3.మన తెలంగాణము, 4.ప్రాచీనాంధ్ర నగరములు, 5.గ్రీకు పురాణగాథలు, 6.చైతన్యము, 7.లలిత కథావళి,

8.రత్నప్రభ, 9.నవ్వుల పువ్వులు, 10.జీవిత చరిత్రలు, 11.మిఠాయిచెట్టు మొదలైనవి. 'సుజాత' మాసపత్రిక గోలకొండ వారపత్రిక మొదలైన వాటిలో అనేకంగా సారస్వత వ్యాసాలు వ్రాశారు.

రావుగారి గృహం కన్నుల పండువుగా ఉంటుంది. ఇంటినిండా పిల్లలు - పెరటినిండా పశువులు. పిల్లలంతా పెంచుకున్నవారు. గోమాతలు ఉదయంలేచి కళ్లకద్దుకోవటానికి మాత్రమే పనికి వచ్చేవి. పరమసాత్విక సారస్వత మూర్తులయిన రావుగారికి చారిత్రక పరిశోధన, ఆంధ్రభాషామతల్లికి సేవ చేయటం, తెలుగు మాగాణాన బంగారు పంటలు పండించటం తప్ప గంపెడు సంసారాన్ని ఎట్లా నిర్వహించాలా అన్న దిగులు లేదు.

రావుగారిదొక ప్రత్యేకమైన విశిష్టమైన వ్యక్తిత్వము. వారు అజాతశత్రువు. పురిటింట్లోనే వారు మోడరేటు ప్రకృతి నలవరచుకున్నట్లు కనబడుతుంది. తుపాను వస్తున్నా తనను కాదన్నట్టు వారు తానెన్నుకొన్నదారిలో నడవగలరు. వీరి నిఘంటువులో విజృంభణమన్న పదములేదు. అడుగడుగున బావుటాలెత్తాలని వారు అభిలషించలేదు. నలుగురి ఎదుట నిలబడి తన ప్రాధాన్యతను వెలిబుచ్చాలన్న ఇచ్ఛలేదు. అనుకున్నప్పుడల్లా వేదికలెక్కే అవకాశాలు ఎన్నో ఉన్నా వాటిని ఉపయోగించుకోవాలన్న కోరికలేదు. వారికి ఒక్కటే అభిలాష - ఏదైనా గట్టి పనిచేసి చూపించాలని.

నిప్పచ్చరమున బుట్టినగాని కాలక్రమమునైన ఎవరూ మహాపురుషులు కాలేరని అనుభవజ్ఞుల నుడి. కఠిన దారిద్ర్యములో పుట్టినవాడే కఠిన నియమాలతో క్రమశిక్షణతో తన జీవితాన్ని క్రమబద్ధం చేసుకుని ప్రపంచములోని చీకట్లను పారద్రోలుతాడన్న నుడిని రావుగారు సార్థక్యము చేశారు.

రావుగారు రంగారు బంగారు స్వప్నాలు కనలేదు. ఒకనాడు పట్టుపరుపుల మీద పరుండనూ లేదు. కష్టమొచ్చినదని కటికినేల నాశ్రయించనూ లేదు. రావు గారికి ఉగ్గుపాల నిచ్చింది దారిద్ర్యము. అక్షరాస్యుని చేసినదీ దారిద్ర్యమే. ఇబ్బందుల చెలిమికలిమి నందుకునే రావుగారు మహాపురుషులైనారు.

రావుగారు లక్ష్మీప్రసన్నుల మధ్య మెలగినారు. కాని వారికి లక్ష్మీమీద తృష్ణ కలుగలేదు. పదవులకై మోకరించటంగాని - చేతులు నలుపుకోవటంగాని రావు గారెరుగరు.

రావుగారు స్నేహశీలి. స్నేహలతను పెంచుకోవటానికి కులమతవర్గ భాషాభేదాలెరుగని అమృతమూర్తి.

చెప్పబోయే విషయములో చక్కని పాండితి నలవరచుకున్న సాహితీ విశారదుడే

మంచివక్త కాగలడు. వక్తృత్వానికీ రచనలకూ ఒకేరీతి విజ్ఞానసంపత్తి అవసరము. అవి రెండూ రావుగారికి పుష్కలంగా ఉన్నాయి.

రావుగారు విజ్ఞాని - వ్యవహర్త - చేతలందున భావాలందున పెద్ద - మాటలలో నేర్పరి - వక్త - ప్రవక్త - నేత - వ్రాతకాడు.

ఇన్ని దొడ్డగుణాలు ఒక్క మహాపురుషుడిలోనే ఉండటం చాలా అరుదు. ఈ అదృష్టమంతా వారినికన్న దేశానిదే. ఎనభై రెండు సంవత్సరాల కాలము ఈ దివ్య తేజస్సు తెలంగాణమంతటా కాకుండా యావదాంధ్ర దేశాన్నే తేజోమయం చేసింది.

రావి నారాయణరెడ్డి గారు

తెలంగాణ వీరుల మహోజ్వల చరిత్ర వ్రాయాలంటే శ్రీ రావి నారాయణ రెడ్డి గారి చరిత్రతో శ్రీకారం చుట్టాలి. నారాయణరెడ్డిగారి జీవితాన్ని గురించి చెప్పాలంటే బానిస భారతంలోని అంతర్భాగంగా బ్రిటిషు సామ్రాజ్యవాదులకు మిత్రదుర్గంగా ఉన్న

నిజాం రాష్ట్రాన్ని గురించి వివరించాలి. ఒక నిరంకుశ పాలకునిచే పాలితులయిన పీడిత ప్రజానీకం యొక్క దుర్భరవేదనను నివేదించాలి. అభేద్యమయిన కోటగోడల మధ్య కట్టుగుడ్డలేక తినతిండిలేక తలదాచుకొను చోటు లేక అలమటించే వేలాది ప్రజల ఆక్రందనలను ఉదహరించాలి. అప్పుడు గాని నారాయణరెడ్డి గారి హృదయ మెటువంటిదో మనకు తెలియదు.

పెళాపెళార్భటుల మధ్య తళుక్కున మెరసి అంతలోనే అంతరించి పోతుంది మెరుపుతీగె. కాని మెరుపులు విరజిమ్ముతూ అంబరాని కెగిసి క్రమంగా భూమిమీదికి దిగి ఈనాటికీ తేజస్సుతో నిలిచి – "ఇదీ నా ఆశయం – ఇదీ నా కృషి" అని గుండెమీద చెయ్యివేసుకుని చెప్పగలిగిన వారెవరు – ఒక్క రావి నారాయణరెడ్డి గారు తప్ప?

ఇది ఒక అపూర్వమైన కాంతిపుంజము. మాటలతో తృప్తిపడదు – క్రియ కావాలి. ఫలితాన్ని కళ్లతో చూడాలి. ఆర్తుల కేకలు అంతఃపురంలో ఉన్నా విని ఎల్లా ఉన్నవారట్లా లేచి పరుగులుతీసి ఆదుకొనకలిగిన ఆర్తత్రాణ పరాయణులు రెడ్డిగారు.

భాగ్యనగరాన్ని పాత – క్రొత్త నగరంగా విభజిస్తుంది ముచుకుందనది. ఈ నది ఉధృతంగా పొంగి హైదరాబాద్ నగరాన్నంతా జలమయం చేసిన సంవత్సరంలో అంటే 1908 జూన్ నెల 4వ తేదీన నిజాం ప్రభువుల సర్ఫెఖాస్ గ్రామంలో బొల్లేపల్లిలో నారాయణరెడ్డి గారు జన్మించారు. నిజాంరాష్ట్రంలో అప్పుడు గ్రామాలలో పాఠశాలలు లేవు. విద్యార్జన కొరకు రెడ్డిగారు హైదరాబాద్ నగరం వచ్చి రెడ్డిహాస్టల్లో ఉండి చాదర్‌ఘాటు హైస్కూల్లో చదువు ముగించుకుని నిజాం కళాశాలలో చేరారు. విద్యార్జనచేస్తూ గొప్ప

క్రీడాకారుడిగా పేరుపొందారు. క్రీడల యందెంతాసక్తో రాజకీయాలమీద ఆ తరువాత అంతకు మించిన ఆసక్తి వారిలో మోసులెత్తింది.

రెడ్డిగారి విద్యార్థిదశలో నిజాం రాష్ట్రం ఎటువంటి పరిస్థితుల్లో ఉన్నదో తెలుసుకుంటేనే గాని వారి హృదయంలో కలుగుతూ వచ్చిన పరిణామాలను మనం అర్థం చేసుకోలేము. అంతగొప్ప క్రీడాకారునిలో రాజకీయబీజాలు ఎలానాటుకున్నాయో తెలుసుకోలేము.

హైదరాబాద్ సంస్థానం ఆంధ్ర, మహారాష్ట్ర, కర్నాటక, ఉర్దూ భాషా సంస్కృతుల సంగమక్షేత్రం. ఆంధ్ర, మహారాష్ట్ర, కర్నాటక ప్రాంతాలలో 40% జాగీర్దార్ల ఏలుబడిలో ఉండేది. ఈ జాగీర్లలో సాలీన 40 లక్షల రూపాయల ఆదాయం వచ్చేవి కూడా ఉండేవి. అందరిలో నిజాం నవాబు ఒక పెద్ద జాగీర్దారు. హైదరాబాద్ పరిసర ప్రాంతమంతా ఆత్రాఫ్‌బల్దా. దానిపైన వచ్చే ఆదాయమంతా నిజాంగారికి చెందేది. ఇదిగాక వివిధ జిల్లాలలో ఇరవై తాలూకాల మీద వచ్చే ఆదాయమంతా వారి స్వంత ఖర్చుల క్రిందనే జమ అయ్యేది. ఈ ఆదాయము వచ్చే ప్రాంతమంతా సర్ఫెఖాస్ అని పిలువబడేది.

హైదరాబాద్ రాష్ట్రాన్ని జనాభా పరంగాచూస్తే 88% హిందువులు ఆంధ్ర, మహారాష్ట్ర, కర్నాటకులు. మిగతా పన్నెండు శాతం మహమ్మదీయులు, క్రైస్తవులు, పార్శీ, కాయస్థులు మొదలైనవారు.

నిజాం ప్రభుత్వ పాలనలో ఒక లెజిస్లేటివ్ అసెంబ్లీ ఉండేది. దానిలోని సభ్యులందరూ నిజాం ప్రభువుచే నియమింపబడినవారు. వారిలో జాగీర్దార్ల ప్రతినిధులు ఇద్దరు, ఫస్ట్‌గ్రేడ్ ప్లీడర్లచే ఎన్నికైన ఇద్దరు ప్రతినిధులుగా ఉండేవారు. పరిపాలనా నిర్వహణకు ఒక కేబినెట్ దానికి నాయకత్వం వహించే (సదరె ఆజం) ప్రధానమంత్రి కూడా నిజాం ప్రభువుచే నియమింపబడిన వారే. న్యాయ, కార్యనిర్వాహక శాఖలు విడివిడిగా ఉన్నప్పటికీ అవి పరస్పరాశ్రయంగానే ఉండేవి. ఈ పరిపాలనా యంత్రాంగం పేరుకు వివిధ శాఖలుగా విలసిల్లినా నిజాం ప్రభుత్వ ఫర్మానాకు అన్నీ లోబడి ఉండవలసినదే. పరిపాలన అక్షరాల రాచరిక వ్యవస్థ అన్నమాట.

ఇక ప్రజల పౌరసత్వాన్ని గురించి చెప్పవలసివస్తే దాదాపు హిందువులకేమీ లేదనే చెప్పాలి. ఉర్దూ భాషలో పది పన్నెండు పత్రికలు ఉన్నప్పటికీ తెలుగువారికి పత్రికా స్వాతంత్ర్యం లేదు. రాజాబహద్దరు వేంకట్రామరెడ్డిగారి వంటి పెద్దలు ప్రయత్నం చేయగా చేయగా పత్రికకు అనుమతి లభించింది. కాని ఆంధ్రశబ్దం పేరిట వెలువడటానికి నోచుకోక పోవటంచేత గోలకొండ పత్రికగా వెలిసింది.

ప్రారంభంలో ఆ పత్రికలో అచ్చుకావలసిన అంశాలు వ్యాసాలు మొదలైన వాటికి

ప్రభుత్వానుమతి లభిస్తేగాని ప్రచురించటానికి వీలయ్యేదికాదు. బహిరంగ సభలు జరుపుకోవాలంటే జరగబోయే కార్యక్రమమంతా ప్రభుత్వానికి ముందుగా పంపి అనుమతి పొందవలసి వచ్చేది.

నిజాం ప్రభుత్వంలో అధికారభాష ఉర్దూ. పాఠశాలలో కళాశాలలో ఉర్దూ బోధనా భాషగా ఉండేది. డిగ్రీస్థాయిలో ఉర్దూ భాషలో బోధించే విశ్వవిద్యాలయం భారతదేశంలో కల్లా ఉస్మానియా యూనివర్శిటీ ఒక్కటేనని పేరు పొందింది. ఇది 1918లో కేవలం రాష్ట్రంలోని ఇతర భాషలను అణచటానికే స్థాపించబడ్డదనుకొంటే తప్పులేదు. మహారాష్ట్ర, ఆంధ్ర, కర్నాటక భాషలలో ప్రత్యేకంగా పాఠశాలలు లేవు. కాని ఆంగ్లభాషలో బోధనా భాషగా కొన్ని పాఠశాలలు ఆడపిల్లలకూ మగపిల్లలకూ విడివిడిగా వుండేవి. నిజాం కళాశాలలో ఆంగ్ల భాష బోధనా భాషగా వుండేది. ఉర్దూ భాషలో బోధించే విద్యాలయాలు మాత్రము ఉస్మానియా విశ్వవిద్యాలయానికి అనుబంధంగా వుండేది.

"తెలుగు తేట – తెలుగు పలుకు మధురమైనది" అని పేరు. కాని నిజాం రాష్ట్రంలో దానికి "తెలంగీ బేఢంగీ" అంటే ముక్కు ముఖంలేని మొండిదన్న అర్థంలో కడుహీనంగా భావించబడేది.

అప్పుడు రాష్ట్రంలో విద్యావ్యాప్తి చాలా స్వల్పము. జనాభాలో మూడు నుంచి ఐదు శాతం మాత్రమే అక్షరాస్యులు. తాలూకాలలో కనీసం ప్రాథమిక పాఠశాలలైనా లేవు. జాగీరు గ్రామాలలో సర్ఫేఖాస్ గ్రామాలలో విద్యావకాశాలు అసలే లేవు.

"హిందూ మహమ్మదీయ తెగలు రెండు నా రెండు కళ్ళవంటివి" అని చెప్పుకునే నిజాం నవాబు హిందువులను తన ప్రజలుగా భావించలేదనే చెప్పవలసి వస్తుంది. ఆయన ప్రభుత్వంలో క్రైస్తవులకు అధిక గౌరవం వుండేది. దానికి కారణం ఉన్నతోద్యోగులలో చాలామంది ఆంగ్లేయులు బ్రిటీషు రెసిడెంటు ఆంగ్లేయుడూ నిజాం ప్రభువు ఆంగ్లేయులకు విశ్వాసపాత్రుడూ కావటం చేతనే.

నిజాం ప్రభుత్వపాలనలోని జాగీర్దారులు కూడా నిరంకుశులు. వారి జాగీర్దారీలో న్యాయం – ధర్మం – సత్యం వారి చెప్పుచేతలలో నలిగిపోయేవి. అధిక పన్నులు వసూలు చేయటం, తమ విలాసాల కొరకు దోపిడీలు చేయించటం. హైదరాబాద్ నగరంలో విలాస జీవితాలు గడుపుతూ సామాన్య ప్రజానీకాన్ని కుక్కలకంటే హీనంగా చూడటం మొదలైనవి వీరి పరిపాలనలో కొన్ని హృదయ విదారకమైన ఉదాహరణలు.

అటువంటి గ్రామంలో పుట్టి – అటువంటి పరిస్థితులను గ్రామాలలో కళ్ళార చూసి మనోవేదనపడిన యువకుడు రావి నారాయణరెడ్డిగారు. వారి హృదయంలో ఈ దోపిడీ విధానాన్ని గురించి బయలుదేరిన సంచలనానికి దరీదాపూలేదు. "దీనికి మూలం

ఎక్కడుంది? దీనికి విరుగుడు ఏమిటి?" ఈ ప్రశ్నలు నిరంతరం వారి మనసును తొలిచివేస్తూ ఉండేవి. ఇదీ నిరంతరమూ వారు పడే ఆందోళన.

బ్రిటీషు సామ్రాజ్యవాదులూ - వారి క్రింది నిజాం ప్రభువు - ఆయన క్రింద జాగీర్దార్లూ, జమీన్దార్లూ, దేశ్‌ముఖ్‌లూ, దేశ్‌పాండ్యాలూ, పటేళ్లూ, పట్వారీలూ - ఇది ఒక పెద్ద నిచ్చెన. ఇది పెద్దదాని మీద పెట్టిన చిన్నది కాదు - చిన్నదాని మీద పెద్దదీ - దాని మీద మరింత పెద్దదీ - ఇలా చిన్నదాని మీద క్రమేణా సైజు పెరిగిన పెద్ద దొంతర, ఈ నిచ్చెనభారం క్రింద - ఈ దొంతర క్రింద - అట్టడుగున అణగారిపోతున్న సామాన్యుడు - మనిషనబడే ద్విపాద పశువు ఇతడే స్థానికాధికారులకూ భూస్వాములకూ వంతులువారీ వెట్టిచాకిరీచేసే నోరులేని యంత్రము.

అయితే ఇటువంటి పరిస్థితులు భారతదేశ మందంతటా ఉన్నవే. విశ్వకవి రవీంద్రుడు జమీందారీ విధానంలో సామాన్య మానవుడెట్లా నలిగిపోయాడో తన సాహిత్యంలో ప్రతిబింబింప చేశాడు. కాని అన్ని ప్రాంతాల కంటే తెలంగాణా ప్రభువులు మరొక ఆకు ఎక్కువ చదివినవారు. అక్రమ వసూళ్లు - అధికారుల అంతులేని పెత్తనం - తిరుగులేని కఠినశిక్షలు - సాటి మానవుడిని బండ్ల వెంట పరువు లెత్తించటం - వీపున రాళ్లు పెట్టి శిక్షించటం - చెట్లకు తాళ్లతో కట్టించి కొట్టించటం - మనిషిని సజీవసమాధి చేయటం వంటి పైశాచిక కృత్యాలకు నిలయం తెలంగాణా.

రైతులకు అధిక వడ్డీలకు ఋణాలిచ్చి - వాళ్ల సర్వస్వమైన ఆ కొద్ది భూమిని వ్రాయించుకుని బిచ్చగాళ్లను చేయటం. పెద్ద పెద్ద భూస్వాముల వద్ద వేలకువేల ఎకరాల భూమి ఉండటం - భూస్వాముల దౌర్జన్యము - అధికారుల అక్రమ పెత్తనమూ - తిండికిలేని పేదవాడి ఆక్రందన - మూగవేదన - ఇదంతా ప్రత్యక్షనరకంగా తెలంగాణ ఉన్న రోజుల్లో నారాయణరెడ్డి విద్యార్థి జీవితం గడిచింది. యువక హృదయం వీటినన్నింటినీ చూసి కుతకుత లాడింది. ఉడుకు రక్తం పొంగింది.

"ఆకలి మంటలు ఒకచోట
అన్నపు రాసులు ఒకచోట" (కాళోజీ)

ఉంటే ఏం ప్రయోజనం? ఈ రెండింటినీ సంధాన పరచేదెట్లా నకనక లాడుతున్న పేదవాడి కడుపులోకి అన్నం ఎట్లా వస్తుంది? ఇదే జిజ్ఞాస.

నారాయణ రెడ్డి గారు గాంధీజీ ఆత్మకథ చదివారు. గాంధీజీ సామ్రాజ్యవాద వ్యతిరేక భావాలు రెడ్డిగారిని అయస్కాంతంలా ఆకర్షించాయి. గాంధీజీపట్ల గౌరవాభిమానాలు పెరిగాయి. ప్రజాసేవ చేయాలనే ఆవేదన రూపురేఖలు

దిద్దుకోనారంభించింది. కళాశాల విద్య చాలించారు.

ఆ రోజుల్లో యావద్భారతంలో కాంగ్రెస్ నాయకత్వాన ముమ్మరంగా శాసనోల్లంఘనోద్యమము జరుగుతోంది. దాన్ని గురించి పత్రికలలో చదివి ప్రభావితులయిన రెడ్డిగారి వంటి యువకులకు అటువంటి ఉద్యమం. ఈ రాష్ట్రంలో కూడా నడపాలన్న ఆకాంక్ష బయలుదేరింది. కాని దేశవ్యాప్తమైన ఆ ఉద్యమం ఈ సంస్థానంలో చలనాన్ని కలిగించలేకపోయింది. కాని ఉరకలువేసే రెడ్డిగారి హృదయం వారిని నిలవనీయలేదు. మిత్రులు బద్దం ఎల్లారెడ్డి గారితో కాకినాడవెళ్లి సత్యాగ్రహోద్యమంలో పాల్గొన్నారు.

అక్కడ నుండి తిరిగి వచ్చిన తరువాత రెడ్డిగారు తన స్వగ్రామంలో ఖాదీవస్త్రాలు నేయటం వంటి నిర్మాణ కార్యక్రమాన్ని నిర్వహించటం మొదలు పెట్టారు. ఆ ఉద్యమం జాతీయోద్యమ చిహ్నంగా సామ్రాజ్యవాద వ్యతిరేక చిహ్నంగా రూపొందింది. రెడ్డిగారి ఆవేదన ఒక విధంగా కార్యరూపేణ వ్యక్తమయింది.

నెహ్రూ పండితుడి జీవిత చరిత్రను చదివిన రెడ్డిగారిని సోవియట్ యూనియన్ అవతరణపట్ల – సోషలిజంపట్ల నెహ్రూ గారి భావాలు బాగా ఆకర్షించాయి. ఫాసిజానికి వ్యతిరేకంగా నెహ్రూ వెల్లడించిన భావాలు అక్షరక్షరమూ నచ్చింది. సోషలిజం అవతరణపట్ల నెహ్రూ గారి వైఖరి చాలా ప్రశంసనీయంగా తోచింది. తరువాత – తరువాత పటేల్ రాజేంద్రప్రసాద్ గార్ల వంటి మితవాద నాయకుల ప్రభావం నెహ్రూ గారి మీదపడి ఆయన అభిప్రాయాలు మారినట్లు తోచాయి. నెహ్రూ పండితుడు ఉడుకురక్తంలో రచించిన తొలిరచనలే రెడ్డిగారిని ఉత్తేజ పరచాయి.

ఆ రోజుల్లో జయప్రకాశ్ నారాయణ ప్రముఖ మార్క్సిస్టు సిద్ధాంతవేత్త. "సోషలిజం ఎందుకు?" అంటూ ఆయన వ్రాసిన గ్రంథం రెడ్డిగారి నాకర్షించింది. కాని – ఆ తరువాత ఆయనలో సిద్ధాంత పూర్వకంగా కలిగిన మార్పు రెడ్డిగారికి అంతగా నచ్చలేదు.

ఆ కాలంలో మాస్కోడైలాగ్స్ గ్రంథం రెడ్డిగారి చేతికి చిక్కింది. దానిలో వివిధ మార్క్సిస్టు సమస్యలపైన గల సమాధానాలు రెడ్డిగారి ఆలోచనలకు పదును పెట్టాయి.

హిందూమతంలో గాంధీజీ ఏవగించుకొన్నది అంటరానితనము. ఆయన వారినుద్ధరించటానికి కంకణం కట్టుకుని అఖిల భారత హరిజన సేవా సంఘాన్ని నిర్మించి సేవా కార్యక్రమాన్ని రూపొందించారు. హైదరాబాద్ సంస్థానంలో మహారాష్ట్ర నాయకుడైన వామన్ నాయక్ అధ్యక్షులుగాను, రెడ్డిగారు కార్యదర్శిగాను నియమితులయ్యారు. అస్పృశ్యతా నివారణను గురించి ప్రజలలో ప్రచారం చేయటం – సహపంక్తి భోజనాల ద్వారా అందరూ

సమానులే నన్న భావాన్ని అందరిలో కలిగించటం – హరిజనులలో విద్యా వ్యాప్తి కలిగించటం మొదలైనవి ఆ సంఘ కార్యక్రమాలు. యువకులైన రెడ్డిగారు ఉత్సాహంతో హరిజన విద్యా ప్రచారం బాగా చేశారు. రాష్ట్రమంతటా హరిజన పాఠశాలలు వందకు పైగా స్థాపించబడ్డాయి. వసతి గృహాలు నెలకొల్పబడ్డాయి. కాని ఇటువంటి వసతులను అవకాశాలనూ ఎన్ని కల్పించినా వాటిని ఉపయోగించుకోలేని హరిజనులపట్ల జాలీ నిరుత్సాహము కలుగుతూ వచ్చాయి. తరువాత ఆ శాఖకు అధ్యక్షులుగా 1938లో స్టేట్ కాంగ్రెస్‌లో చేరేవరకూ ఉన్నారు. గాంధీజీ హరిజన సేవా నిధి విరాళాల కొరకు హైదరాబాద్ వచ్చినప్పుడు రెడ్డిగారు వహించిన పాత్ర మరువరానిది. విరాళాలు ప్రోగుచేయటమే కాకుండా తవ అర్ధాంగి స్మృత్యర్థం పదిలపరచుకున్న నగలన్నీ గాంధీజీకి సమర్పించారు.

హరిజన సేవ సందర్భంలో గాంధీజీతో రెడ్డి గారికి ఒక విషయంలో అభిప్రాయభేదం వచ్చింది. ఢిల్లీలో జరిగే అఖిల భారత హరిజన సేవా సంఘ కార్యక్రమాలలో గాంధీజీ ఉపదేశాలు ఉపన్యాసాలు ఇస్తూ వుండేవారు. ఆ కమిటీలలో రెండు వర్గాలు వుండేవి. గాంధీజీ చెప్పిందే వేదమనే వర్గమొకటి, వచ్చిన సమస్యలకు తగిన పరిష్కార మార్గాల ననుసరించాలనే వర్గమొకటి. "బెస్తవారికి ధనసహాయం చేయాలా వద్దా?" అనే సమస్యపైన పెద్ద సంచలనం కలిగిందొకసారి. గాంధీజీ అహింసావాది. కనుక – "బెస్తలు చేపలను పట్టి హింసిస్తారు. కనుక వారికి ధనసహాయం కూడ"దని గాంధీజీ నిర్ణయము. "ఏదైనా అది వారి వృత్తిధర్మము, మన మానసిక ప్రవృత్తులను ప్రజలమీద రుద్ది వారి వృత్తులను నిర్మూలించటం అన్యాయం" అని వాదించిన కొందరిలో రెడ్డిగారు ప్రముఖులు గాంధీజీ తీర్పు నెగ్గింది. కాని రెడ్డిగారికి అది ఎంత మాత్రం నచ్చలేదు.

షేక్ అబ్దుల్లా దేశీయ ప్రజోద్యమ నాయకులలో మంచి పేరుగలవారు. కాశ్మీరు పరిస్థితులను ఆయన హైదరాబాద్ వచ్చి విప్పిచెప్పారు. తెలంగాణ గ్రామ పరిస్థితులను గురించి స్వయంగా తెలుసుకోవాలనే కుతూహలం ఆయన వ్యక్తం చేయగా రెడ్డిగారు ఆయనతో గ్రామగ్రామమూ త్రిప్పి చూపించారు. జాగీర్దారులు అక్రమంగా ఎలా పన్నులు వసూలు చేస్తారో ప్రత్యక్షంగా చూపించారు. "ఈ సమస్యలు మత సమస్యలు కావు" అని రెడ్డిగారు నచ్చచెప్పారు. మహమ్మదీయులందరూ అబ్దుల్లాను ఉపన్యసించవలసినదని కోరగా ఆయన తన ఉపన్యాసం చివరలో రెడ్డిగారు చెప్పిన భావాలను బలపరచారు. అటువంటి వివేచనాశక్తి ఈనాడు అబ్దుల్లాలో లేదని ఆయన మారపోయారనీ రెడ్డిగారు బాధపడతారు.

హైదరాబాద్ నగరంలో నిజాంప్రభువు అండదండలతో ఇత్తెహాదుల్ ముసల్మీను పేరున ఒక సంస్థ మతరూపంలో పుట్టి రాజకీయ సంస్థగా రూపొందింది. వారి ఏకైక

ఆశయం ఆసఫ్ జాహీవంశం (నిజాంగారి వంశం) మహమ్మదీయ పాలనకు చిహ్నమనీ, ఆ వంశాన్ని సుస్థిరంగా కాపాడటం ప్రతి మహమ్మదీయుడి కర్తవ్యమనీ ప్రచారము చేయటమే. తత్ఫలితంగా ప్రతివ్యక్తి నోట "నేనే రాజునన్న నినాదం బయలుదేరింది. ఇతర మతాలవారు పాలితులు - మహమ్మదీయులు పాలకులు. వారి కార్యక్రమాలలో హరిజనోద్ధరణ పేరిట వారి నందరినీ మహమ్మదీయులుగా మార్చటం ఒకటి. దిక్కూ దివాణంలేని పేద హరిజనులెందరో సాంఘిక విముక్తికొరకు మతం మార్చుకున్నారు. వెట్టిచాకిరీ చేసేవారు లేరని భూస్వాములు గోలపెట్టారు. హరిజన సేవాసంఘం - ఆంధ్ర మహాసభ - ఆర్యసమాజం మొదలైనవి బలవంతంగా మతం మార్పించే పద్ధతిని ప్రతి ఘటించాయి. ఆర్యసమాజం వారు తీవ్రమైన కృషిచేసి ఆ విధంగా అన్యమతంలోచేరిన వారిని శుద్ధిచేసి హిందువులుగా మార్చివేశారు. ఇలా హరిజనులను మహమ్మదీయులుగా మార్చిన సందర్భమొకటి కోర్టు వరకూ వెళ్లింది. సత్యాన్ని నిరూపించి దోషులను పట్టించి శిక్షింప చేయాలని రెడ్డిగారి పట్టుదల. ఈ కేసును భువనగిరి కోర్టులో వాదించినవారు మందుముల రామచంద్రరావు గారు; హైకోర్టులో వాదించినవారు బూరుగుల రామకృష్ణరావు గారు. చివరకు ఈ కేసు హైకోర్టులో కొట్టివేయబడినా భారతీయ నాయకుల దృష్టికితెచ్చి దేశవ్యాప్తంగా సంచలనం కలిగించి ఇత్తెహాదుల్ వారి ఆట కట్టించినవారు రెడ్డిగారు.

నిజాం రాష్ట్రంలో ఏ తెలుగు వెలుగును గురించి చెప్పదలచినా ఆంధ్ర మహాసభల ద్వారా ఆంధ్ర జనసంఘం ద్వారా చెప్పవలసి వస్తుంది. ఆంధ్రమహా సభలే తెలుగువాణి, తెలుగువారికి జీవం. రాష్ట్రం నాలుగు చెరుగులా అంధకారం వ్యాపించి ఉన్న ఆ రోజుల్లో ఆంధ్రోద్యమము మినుకు మినుకుమనే ఒక చిన్నదీపం వంటిది. ఆంధ్ర భాషనూ ఆంధ్ర సంస్కృతినీ ఈ సభల ద్వారా అభివృద్ధిలోకి తీసుకురావలెననీ ప్రజలలో చైతన్యాన్ని కలిగించాలనీ నాయకులు ఆశించారు. పేరుకవి సాంఘిక సాంస్కృతిక సభలైనప్పటికీ అంతర్గతంగా రాజకీయ సభలే. ఈ సభలలో ప్రతిపాదించబోయే తీర్మానాలను ముందు ప్రభుత్వానికి చూపించాలనీ, వ్యతిరేకమైన తీర్మానాలను తొలగించాలనీ ప్రభుత్వం ఆంక్షపెట్టింది. మహాసభలను నిర్వహించుతున్న మితవాద నాయకత్వం ఇటువంటి ప్రభుత్వాజ్ఞలకు తలదాల్చి కొన్ని తీర్మానాలను వదలుకుంటూ వుండేది. ఆంధ్ర మహాసభలలో సనాతనులది పైచెయ్యి కావటం, సాంఘిక సమస్యలను చక్కగా అర్థం చేసుకుని, కాలానికి తగినట్టు పరిష్కరించాలని ప్రయత్నాలుచేసే యువజనుల తీర్మానాలు వీగిపోవటం రెడ్డిగారికి మొదటినుంచి నిరుత్సాహాన్ని కలిగిస్తూ వుండేవి. తీర్మానాలు ప్రభుత్వాన్ని ప్రార్థిస్తూ ప్రాధేయ పడినట్లుగా చేయటం కూడా రెడ్డిగారికి అసంతృప్తిని కలిగిస్తూ వుండేది. సనాతనులు

కొందరు - యువకులు ప్రవేశపెట్టిన తీర్మానాలవల్ల రక్తపాతం జరుగుతుందని - ప్రభుత్వానికి పిటిషన్లు కూడా పెట్టేవారు. వాటి నాధారం చేసుకుని ప్రభుత్వం ముందుగా తమ అనుమతి లేనిదే ఎటువంటి తీర్మానాలనూ మహాసభ ప్రతిపాదించరాదనే ఆంక్ష పెట్టింది. మితవాద నాయకత్వం ఈ అవమానాన్ని కూడా సహించిందని రెడ్డిగారికి ఆ నాయకత్వం పట్ల ఒక విధంగా ఏవగింపు కలిగింది.

ఈ సందర్భంలో ఒక విషయం విపులీకరించాలి. ఆనాటి ఆంధ్ర మహాసభలంటే ఆంధ్ర, మహారాష్ట్ర, కర్నాటక సభలన్నమాట. ఈ నాయకులంతా తమ తమ భాషలలో ప్రసంగాలూ, తీర్మానాలూ చేస్తుంటే అతివాదులు కొందరు ఆంధ్రేతర భాషల్లో ప్రసంగించటానికి గాని - ఉత్తర ప్రత్యుత్తరాలు నడపటానికి గాని వీలులేదని నియమావళిలో ఒక క్లాజు పెట్టారు. వాదోపవాదాలు చెలరేగాయి. ఈ తీర్మానాన్ని బలపరచినవారిలో సర్వశ్రీ సురవరం ప్రతాపరెడ్డి, వల్లూరి బసవరాజు, నందగిరి వెంకట్రావు గార్లు ఉన్నారు. ఉద్దేశ్యం మంచిదే కాని అతివాదం వల్ల ఆశించిన ఫలితాలు కానరాలేదు. ఆరవ మహాసభలో ఆంధ్రేతర భాషల్లో ఎవరూ ప్రసంగించటానికి వీలుకాదని నందగిరి వెంకట్రావు గారి ఆధ్వర్యంలో అతివాదులు అభ్యంతరం లేవతీశారు. వాదోపవాదాలు చెలరేగాయి. అధ్యక్షులు రూలింగ్ ఇవ్వలేకపోయారు. సభికులకే నిర్ణయాధికారం లభించింది. ఈ సభలో రెడ్డిగారు నిర్వహించిన పాత్ర బహుజనాకర్షణీయమైనది. "ఇది ఆంధ్ర మహాసభ - ఆంధ్ర సారస్వత సభ కాని - ఆంధ్ర భాషా సభకానే కాదు." అని రెడ్డిగారు వాదించారు. "ఈ సభకు గాంధీజీ సందేశమిస్తానంటే ఈ క్లాజు ననుసరించి అటువంటి సదవకాశాన్ని వదులుకున్న వారమవుతాము. ప్రభుత్వంతో ఉత్తర ప్రత్యుత్తరాలు నడపలేము." అని ఖండితంగా చెప్పారు. దీనితో అతివాదుల తీర్మానం వీగిపోయింది.

1938లో స్టేట్ కాంగ్రెస్ సత్యాగ్రహోద్యమం ప్రారంభమైంది. స్టేట్ కాంగ్రెస్ స్థాపకులలో రెడ్డిగారొకరు. ఆంధ్ర మహాసభ కార్యకర్తలలో మహారాష్ట్రులు, కర్నాటకులు, ఆంధ్రులు జట్లుగా ఏర్పడి ఉద్యమంలో పాల్గొనాలని నిశ్చయించారు. ఆ రోజుల్లో నిజాం రాష్ట్రంలో జైలుశిక్షలు అతిక్రూరంగా వుండేవి. సత్యాగ్రహం చేయటమంటే జైలు శిక్షలకు సిద్ధమై వెళ్ళాలి. మొదటి జట్టులో ముందుకు వచ్చిన ఆంధ్రుడు లేడు. చెరసాల శిక్ష చాలా కఠినంగా వుంటుందని తెలిసినప్పటికీ మొదటి జట్టులో సత్యాగ్రహోద్యమంలోకి ధైర్యంగా దూకిన ఆంధ్రవీరుడు రెడ్డిగారు. తరువాత వారి ననుసరించారు చాలామంది.

అప్పటికి సంస్థానంలో అయ్యంగార్ కమిటీ ఒకటి ప్రభుత్వంచే నియామకమై బాధ్యతాయుత ప్రభుత్వానికి రాజకీయ సంస్కరణలకూ తగిన సూచనలు చేసింది. ఈ

కమిటీ నియామకానికి గల పూర్వాపరాలు అందరికీ అవగాహనమయ్యాయి. అప్పటికి రాజకీయ స్వాతంత్ర్యం కోసం భారతీయులంతా అనేక పోరాటాలూ సత్యాగ్రహాలూ చేస్తున్నారు. చెరసాల నుండి నాయకులు అప్పుడే విడుదల అయ్యారు. రౌండ్ టేబుల్ సమావేశానంతరం బ్రిటీషు ప్రభుత్వం 1935 భారతదేశ చట్టాన్ని దేశంలో అమలు జరుపనున్నది. ఈ సందర్భంలో తన రాష్ట్రంలో కూడా నామమాత్రంగా నయినా సంస్కరణలు ప్రవేశపెట్టకపోతే మనుగడ కష్టమని గ్రహించిన నిజాం ప్రభుత్వం అయ్యంగార్ కమిటీని నియమించింది. ఈ కమిటీకి సూచనలు చెయ్యదలచి సమావేశమైన నాయకులు రాజకీయాలతో తమకు సంబంధం లేదన్నప్పటికీ ఆంధ్ర మహాసభలకు రాజకీయ ప్రతిపత్తి వచ్చింది.

ప్రపంచయుద్ధం జరుగుతున్న రోజులవి. నాజీమూకలు యూరపునంతనూ కబళించటానికి విజృంభిస్తున్నాయి. ఈ ప్రపంచ పరిణామాల మధ్య సామ్రాజ్యవాద యుద్ధం హెచ్చుతున్న రోజుల్లో నారాయణరెడ్డిగారు కమ్యూనిస్టు పార్టీలో చేరిపోయారు. ఆ రోజుల్లో కమ్యూనిస్టు పార్టీ రహస్యంగా పనిచేస్తూ వుండేది. రెడ్డిగారు ఆ పార్టీలో చేరినప్పటికీ ఆంధ్ర మహాసభలలో తీర్మానాలు ప్రతిపాదించటం - దానికి బలాన్ని చేకూర్చుకోవటం జరుగుతూ వుండేది.

1941లో హుజూరునగర్ తాలూకా చిలుకూరు గ్రామంలో జరిగిన ఎనిమిదవ ఆంధ్ర మహాసభకు రెడ్డిగారు అధ్యక్షులు. వారి అధ్యక్షోపన్యాసంలో పార్టీ వైఖరి బాగా ప్రతిబింబించింది. అప్పటికి వారు స్టేట్ కాంగ్రెస్ పక్షాన సత్యాగ్రహం చేసి చెరసాల శిక్ష అనుభవించి వచ్చారు. అప్పటికే రెడ్డిగారు తీవ్రవాది అని స్పష్టమైంది. వారికి ఆంధ్ర మహాసభలూ వాటి కార్యక్రమాలు తృప్తి నివ్వలేదు. వారి హృదయంలో నూతన భావాలూ - క్రొత్త సిద్ధాంతాలూ - నవీనవాదాలూ క్రొత్త కెరటాలను సృష్టించాయి. మార్క్సిస్టు సిద్ధాంతాల మీద బాగా విశ్వాసము ఏర్పడ్డది. రెడ్డిగారు తమ ఉపన్యాసాలలో అనేక అంతర్జాతీయ సమస్యలూ - సామ్రాజ్యవాద యుద్ధం - సామ్రాజ్యవాద వ్యతిరేకత - దేశీయ సంస్థానాలపై తీవ్ర విమర్శ మొదలైన విషయాలు చర్చిస్తూ హైదరాబాద్ సంస్థానంలో మతపాక్షికతనూ విద్వేష సూచకమైన భావాలనూ, వింత స్వప్నాలనూ యథాతథంగా వర్ణించారు.

అంతకుపూర్వం ఇటువంటి ఉద్రేక పూరితమైన ఉపన్యాసం ఆంధ్రమహా సభవేదిక మీద నుండి వెలువడలేదు. అందరూ ఆశ్చర్యపడ్డారు. దీనివల్ల రెడ్డిగారు కమ్యూనిస్టనీ వారిని అరెస్టు చేయవలసిందనీ పోలీసువారు హెూండిపార్టుమెంట్‌కు వ్రాశారు. అయితే రెడ్డిగారు కమ్యూనిస్టని పూర్తిగా ఋజువు కానిదే ఆంధ్ర మహాసభాధ్యక్షుని అరెస్టు చేయటం

ప్రమాదకరమని హెూం డిపార్ట్‌మెంట్ వ్రాసింది. అప్పటి నుండి రెడ్డిగారి మీద పోలీసు నిగావేసి గ్రామగ్రామమూ తిరిగి ఆరాలు తీయటానికి ప్రయత్నించింది. కాని ఆధారాలు దొరకలేదు.

ఎనిమిదవ ఆంధ్ర మహాసభ తరువాత ఉద్యమరూపం మారింది. మాడపాటి హనుమంతరావు పంతులుగారి మీద రెడ్డిగారికి అత్యంత శ్రద్ధాభక్తులు. వారి ప్రబోధంవల్లనే ఆంధ్రభాష నభివృద్ధి చేసుకుని కావ్యాలు పఠించారు. తెలుగు భాషలో ఉపన్యాసాలివ్వటం నేర్చుకున్నారు కాని - పంతులు గారిది తాబేటి నడకతో ఉద్యమం నడిపేధోరణి. రెడ్డిగారికది నచ్చలేదు. ఆంధ్ర మహాసభలు ఏడాదికో రెండేళ్లకో ఒకసారి సమావేశము ఏవో తీర్మానాలు చేయటం - తరువాత ఎక్కడి వాళ్లక్కడ ఇళ్లకు చేరుకోవటం - తిరిగి సభ చేయదలచినప్పుడు వెనుకటివాటిని పునశ్చరణ చేసుకోవటం రెడ్డిగారిలో అసంతృప్తిని రేకెత్తించింది. వారు కార్యవాది. కొందరు విద్యావంతులను కూడకట్టుకుని వివిధ సమస్యలను ఆందోళనగా మార్చి కార్యక్రమాలను రూపొందించాలని రెడ్డిగారి ఆశయము. వాటిలో వెట్టిచాకిరీ వ్యతిరేక విధానమొకటి.

ఈ కార్యక్రమాన్ని నడుపుతుండగా కమ్యూనిస్టు పార్టీ బహిరంగంగా పని చేయటం మొదలుపెట్టింది. ఆ పార్టీ సభ్యులుగా ఉన్నప్పటికీ రెడ్డిగారు ఆంధ్ర మహాసభాధ్యక్షులుగా ఎన్నికై బహిరంగంగా పనిచేయ నారంభించారు.

పదవ ఆంధ్ర మహాసభతో హైదరాబాద్ సంస్థానంలో కనీసం తాత్కాలికంగానైనా అన్ని అధికారాలూగల ప్రజా ప్రభుత్వాన్ని నిర్మించాలన్న తీర్మానాన్ని ప్రతిపాదన చేయటము చాలా ముఖ్యమైన సంఘటన. అలా ఏర్పడబోయే ప్రభుత్వంలో ఇత్తెహాదుల్ ముసల్మీన్ సంస్థకు సగంస్థానాలు ఇచ్చి, మిగతా స్థానాలు ఆంధ్ర, మహారాష్ట్ర, కర్నాటక మహాసభ ప్రతినిధులకు ఇవ్వాలని కమ్యూనిస్టుపార్టీ పక్షాన రెడ్డిగారూ వారి మిత్రులూ ప్రతిపాదించారు. ఈ తీర్మానం మీద సుదీర్ఘచర్చలు జరిగాయి. మితవాద నాయకులు తమ బలాబలాలను సమీకరించుకుని మెజారిటీతో ఈ తీర్మానాన్ని ఓడించారు.

రెడ్డిగారు మరొక ఆలోచన చేశారు. ఆంధ్ర మహాసభ సభ్యత్వ రుసుము పావలా చేసి అందరికీ సభ్యత్వం అందుబాటులోకి తీసుకువచ్చి సభ్యుల సంఖ్యను ఇనుమడింపచేశారు. ఈ పదవ ఆంధ్ర మహాసభకు కమ్యూనిస్టు పార్టీ నిలబెట్టిన బద్దం ఎల్లారెడ్డిగారికీ మితవాదుల్లో కల్లా మితవాది అయిన కొండా వెంకటరంగారెడ్డి గారికీ మధ్య అధ్యక్షత పదవికి పోటీ జరిగింది. ఇరుపక్షాలూ బలాబలాలను ప్రదర్శించుకున్నాయి. చివరకు వేంకటరంగారెడ్డి గారు గెలిచారు. ఈ ఓటమి తమ కార్యక్రమం లోపమేనంటారు

రెడ్డిగారు. ఇందుకొరకు పదకొండవ మహాసభ నాటికి వేలాది సభ్యులను చేర్చి, పట్టుదలతో వందలాది కమిటీలను ఏర్పరచారు. ఆ రోజుల్లో యుద్ధపరిస్థితి నుంచి పుట్టిన అనేక సమస్యలను పరిష్కరించటంలో కమ్యూనిస్టు పార్టీ అహర్నిశలూ పనిచేసింది. ఆంధ్ర మహాసభ నిర్మాణంలోనూ ఇతర కార్యక్రమాల నిర్వహణలోనూ తమ కాలాన్నంతనూ వినియోగించే కార్యకర్తలను రెడ్డిగారు వందల సంఖ్యలో ముందుకు తీసుకువచ్చారు. ఇదంతా చూసి ఆంధ్ర మహాసభ మితవాద నాయకులకు కంపరం పుట్టింది. ఆంధ్ర మహాసభలో అప్పటికి వారికి టెక్నికల్‌గా మెజారిటీ ఉండటంచేత కమ్యూనిస్టులను బహిష్కరించాలనుకున్నారు. కాని వారి ప్రత్యర్థి రావి నారాయణరెడ్డి గారా కాక మరో సామాన్య వ్యక్తా? మితవాద నాయకులు ఆ పని చేయలేకపోయారు. కమ్యూనిస్టు పార్టీ మితవాద నాయకత్వాన్ని ఓడించటానికి నిశ్చయించుకున్నది. ఎన్నికలను జరిపితే ఓటమి తథ్యమని తెలుసుకున్న మితవాద నాయకులు ఎన్నికలను వాయిదా వేయాలనుకున్నారు. కాని పార్టీవారే మహాసభల నుండి నిష్క్రమించాలనుకున్నారు.

అటువంటి పరిస్థితులలో రెడ్డిగారు మహాసభలకు అధ్యక్షులుగా ఎన్నికైనారు. నిబంధనావళిలో మార్పులు చేశారు. సభ్యత్వ రుసుము పావలాతీసి అణాగా చేశారు. గుణాత్మకంగా ప్రజాసమీకరణలో విశిష్టతను సంపాదించుకున్నదీ పదకొండవ మహాసభ. దీనికి కమ్యూనిస్టు మహాసభ అని పేరుపెట్టారు మితవాద నాయకులు. అయినా ప్రభుత్వోద్యోగి అయిన రాజ్‌బహద్దరు వెంకట్రామారెడ్డి గారు ఈ సభలకు హాజరైనారని రెడ్డిగారు సగర్వంగా చెప్తారు. ఈ భువనగిరి సభలు మితవాద నాయకులలో నిరాశా నిస్పృహలను కలిగేటట్లు చేశాయంటారు రెడ్డిగారు. యువకులలో ఉత్సాహాన్నీ పట్టుదలనూ పెంపొందించిందీ సభ. నిజాం రాష్ట్ర ప్రజాపోరాటమ్మీద గాఢమైన ప్రభావాన్ని కలిగించిందీ సభ.

అది భారతదేశమంతటా స్వాతంత్ర్య పోరాటం ఉవ్వెత్తున విజృంభిస్తున్న రోజులు సామ్రాజ్యవాద వ్యతిరేకత ఎన్నడూ లేనంత తీవ్రస్థాయినందుకున్న రోజులు. తెలంగాణ ప్రజలలో కూడా రాజకీయ చైతన్యం బాగా కలిగింది. అణగి మణగి ఉన్నంతకాలం తమ సమస్యలు పరిష్కారం కావని వారు తెలుసుకున్నారు. మొత్తం మీద భారతదేశంలోని సంస్థానాలన్నిటిలోనూ ఒకనూతన చైతన్యం కలిగిన రోజులవి.

రెండవ ప్రపంచ యుద్ధం వల్ల యువకులలో పత్రికా పఠనాసక్తి బాగా పెరిగింది. ప్రపంచ రాజకీయాలు ఫాసిజం వంటి సమస్యలు వారి మెదడులో క్రొత్తగా ప్రవేశించాయి. అప్పటికే రాజకీయ భావాలతో ప్రభావితులైన రెడ్డిగారి వంటి యువకులు కామ్రేడ్స్ అసోసియేషన్ ఒకటి నెలకొల్పుకుని చర్చలు చేస్తూ వుండేవారు. వారందరితో చర్చలుచేసే

రెడ్డిగారికి సోషలిజంపట్ల అభిమానం పెరిగింది. ఫాసిస్టు వ్యతిరేక భావాలున్న రెడ్డిగారు 1942లో జరిగిన 'క్విట్ ఇండియా' వంటి తీర్మానాలతో కాంగ్రెస్‌తో ఏకీభవించలేక పోయారు.

రాష్ట్రంలో పౌరహక్కుల సాధన కోసం ఆర్యసమాజం హిందూ మహాసభలు కూడా రంగంలోకి దిగాయి. మతస్వాతంత్ర్యాన్ని సాధించటం ఆర్యసమాజ లక్ష్యం. హిందూరాజ్య సంస్థాపన హిందూ మహాసభల ధ్యేయం. మొదటి దళం జైలుకు వెళ్లిన తరువాత ప్రభుత్వం స్టేట్ కాంగ్రెస్‌ను నిషేధిస్తూ ఉత్తర్వెచ్చింది. జైలు శిక్ష నిబంధనలను కూడా రూపొందించింది. చెరసాలలో ఉన్న రెడ్డిగారిని ప్రభుత్వం విడుదలచేసింది. వెంటనే పార్టీ నుంచి పిలుపు వచ్చింది. ఆర్యసమాజ హిందూ మహాసభలవలెనే ఈ సత్యాగ్రహాలు కూడా మత ప్రాతిపదికపైన సత్యాగ్రహం చేస్తున్నారని ఎవరో గాంధీజీ చెవిన వేశారు. వెంటనే గాంధీజీ విన్నది సరియైనది కాదనీ – ఆ సందర్భంలో సత్యాగ్రహం ఆపుచేస్తే రాజకీయ దృక్పథాన్ని ప్రజలు సరిగా అర్థం చేసుకోలేకపోతారనీ చాలా దీర్ఘంగా చర్చలు జరిపారు. కాని గాంధీజీ వినలేదు.

1945లో కాంగ్రెస్ నుండి కమ్యూనిస్టు సభ్యులు బహిష్కరించబడ్డారు. దీనికి కారకులు వల్లభాయిపటేలు. జవహర్‌లాల్ నెహ్రూ అధ్యక్షత వహించిన స్టేట్ పీపుల్స్ కార్యవర్గ సమావేశానికి రెడ్డిగారు హాజరయినారు. ఈ బహిష్కరణను గురించి కార్యదర్శి అయిన జయనారాయణ వ్యాస్ గారితో చర్చించారు. కమ్యూనిస్టు పార్టీ నుండి రాజీనామా ఇచ్చిన సభ్యులను తిరిగి కాంగ్రెస్‌లో చేర్చుకుంటామని చెప్పారు. కొందరు ఆ పనిచేసినా రెడ్డిగారు చేయలేదు. ఆయనది ఒక మాట – ఒక బాణం – పద్ధతి.

భారత కమ్యూనిస్టు పార్టీ శాఖలన్నిటిలోకి బలీయమైనదిగా ఆంధ్ర కమ్యూనిస్టు పార్టీ వుండేది. దాని శాఖ ఒకటి నిజాం రాష్ట్రంలో కూడా పనిచేస్తూ వుండేది. రెడ్డిగారి జీవిత చరిత్రలో ముఖ్యంగా ఎన్నతగిన అంశాలు – ప్రజా సమస్యలను గురించి నిశితంగా ఆలోచించటము – వాటికి తగిన పరిపాలన మార్గాలను అన్వేషించటం – ఆ మార్గాలను ప్రచారం చేయటం మొదలైనవి. అయితే వారి అభిప్రాయాలతో అనేకులు ఏకీభవించరు. వారు ప్రజల మనిషి ప్రజల సుఖజీవనమే ధ్యేయంగా భావించిన నాయకుడు.

రాజకీయ పార్టీలు గ్రామాలలో ఎంత సంచలనం తీసుకువచ్చినా పక్షపాత వైఖరిగల ప్రభుత్వంలో పోలీసులు అక్కడక్కడ ప్రజలమీద అక్రమ నేరాలు మోపి దురంతాలు చేయటం అప్పుడప్పుడు జరుగుతూనే వుండేది. నిజాం రాష్ట్రంలో ఒకసారి మాచిరెడ్డిపల్లి ఇంకా ఇతర గ్రామాలలో పోలీసులు జరిపిన దురంతాలను రెడ్డిగారు గాంధీజీ దృష్టిలోకి కూడా తీసుకువచ్చారు. అప్పుడు కామ్రేడ్ కుమార మంగళం (తరువాత కాంగ్రెస్‌లో చేరారు)

పత్రికా విలేకరులతో రెడ్డిగారికి సమావేశము ఏర్పాటు చేశారు. ఆ ఇంటర్వ్యూను బొంబాయి పత్రికలన్నీ ప్రకటించాయి. గాంధీజీ నిజాంగారితో ఈ విషయంలో ఉత్తర ప్రత్యుత్తరాలు నడిపారు. పై పై మర్యాదల కొరకు పేరుకొక కమిటీ నియామకమై పరిశీలన చేసింది. కాని రెడ్డిగారు ఆశించినట్లు జరగలేదు.

1946లో నిజాం రాష్ట్రంలో కమ్యూనిస్టుపార్టీని ప్రభుత్వం నిషేధించింది. పార్టీ నాయకులంతా రహస్య జీవనం చేస్తూ వుండేవారు. ప్రభుత్వం పార్టీ నాయకుల కొరకు వెదకించటం - వారి ఆచూకీకొరకు ప్రజలను పీడించటం - వారు కనబడలేదన్న కక్షకొద్దీ దమననీతి నుపయోగించటంవల్ల పార్టీ సభ్యులలో పట్టుదల హెచ్చింది.

1947లో భారత దేశానికి స్వాతంత్ర్యం వచ్చింది. కాని - పోతూ పోతూ మౌంట్ బాటన్ ఒక తగాదా పెట్టి వెళ్ళాడు. దాని ప్రకారం ఏ సంస్థానమైనా స్వతంత్రంగా వుండదలచుకుంటే వుండవచ్చు. దీనివల్ల నిజాం ప్రభువు తన సంస్థానం స్వతంత్రంగానే వుండాలని అభిలషించాడు. కాని కాంగ్రెస్ నాయకులు భారతంలోని సంస్థానాలన్నిటినీ విలీనం చేశారు. కమ్యూనిస్టు పార్టీ ఆంధ్ర మహాసభ ఈ రాష్ట్రం కూడా కేంద్ర ప్రభుత్వంలో విలీనం కావాలని కోరాయి. కమ్యూనిస్టుపార్టీ విశాలాంధ్ర కావాలనే నినాదం అప్పటినుంచీ ప్రారంభించింది.

నిజాం నవాబు కనే స్వతంత్ర స్వప్నాలకు ఇత్తెహాదుల్ ముసల్మీను వారు వారి రజాకారు సైన్యమూ అండగా నిలిచాయి. ప్రజోద్యమాలను ప్రతిఘటించటానికి నిజాం, వారిని రాష్ట్ర ప్రజలమీదికి ఉసికొలిపాడు. నిజాం ప్రభుత్వమూ - సాయుధ రజాకార్లూ వీటి ముందర కాంగ్రెస్ అహింసాత్మక సత్యాగ్రహం బూడిదలో పోసిన పన్నీరయింది. సాయుధ పోరాటం తప్ప వేరే మార్గం లేదని కాంగ్రెస్‌లో ఉన్న యువకులు కూడా గ్రహించారు. విద్యార్థులు విద్యాలయాలను వదలిపెట్టారు. వకీళ్లు కోర్టులను బహిష్కరించారు. ఇది మొత్తంమీద ప్రజా ప్రతిఘటనోద్యమంగా మారింది. గ్రామీణులు ప్రభుత్వంతో సహాయ నిరాకరణ చేశారు. పటేలు పట్వారీల రికార్డులు తగలబెట్టారు. పన్ను నివ్వ నిరాకరించారు. కల్లు గీయకుండా విక్రయించకుండా అబ్కారీ మామ్లూల నన్నింటినీ నిలుపుదలచేశారు. నిజాం నవాబు జెండాను తీసిపారేసి జాతీయ జెండాను ప్రతిష్ఠించారు. షావుకార్ల ఋణపత్రాలను తగులబెట్టారు. కస్టమ్స్ చౌకీలను కాల్చివేశారు. షావుకార్ల వద్ద భూస్వాముల వద్ద నిలువవున్న పుట్లకొలదీ ధాన్యాన్ని స్వాధీనం చేసుకుని ప్రజలకు పంచిపెట్టారు. భూమిని పంపకం చేసే కార్యక్రమం కూడా ఆరంభమైంది. ఈ కార్యక్రమాలన్నిటిలోనూ బాహాటంగా పాల్గొని ప్రధానమైన పాత్రను నిర్వహించిన పార్టీలో రెడ్డిగారు ప్రముఖులు.

అంతవరకూ ప్రజోద్యమము చల్లబడి పోయిందనుకున్న నిజాం ప్రభుత్వం తిరిగి తన రజాకారు సైన్యాన్ని ప్రజలమీదకి ఉసికొలిపింది. అప్పుడు జరిగిన గృహ దహనాలు, దోపిడీలు, స్త్రీల మానభంగం, సజీవ సమాధులు - ఒకటేమిటి - రజాకార్లు చేయని పనిలేదు.

ఆ దురంతాలను ఎదుర్కొనటానికి కమ్యూనిస్టు పార్టీ సాయుధ పోరాటం సాగించింది. ఆయుధాలు సేకరించింది. వాటి కొరకు విరాళాలు ప్రోగుచేసింది. గెరిల్లా దళాలను నియమించి రజాకార్ల పైశాచిక కృత్యాలను ఎదుర్కొన్నది.

అది ప్రతిఘటన ఆత్మరక్షణకై చేసిన పోరాటం. ఒక విధంగా చూస్తే ఆ ప్రతిఘటనోద్యమమే లేకపోయినట్లయితే నిజాం రాష్ట్రంలో గ్రామాలన్నీ బూడిదరాసులుగా మిగిలేవి. ప్రాణంలేని శరీరాలు నడివీధుల్లో అంగవిచ్ఛేదంతో దుమ్ముకొట్టుకుని గుట్టలు గుట్టలుగా పడి వుండేవి. మానవ కళేబరాలు చెట్లకు వ్రేలాడుతూ వుండేవి. చాలా గ్రామాలు నిర్జనంగా వుండేవి.

భయార్తులైన ప్రజలూ భూస్వాములూ గ్రామాలను వదలి వెళ్లగానే నిజాం పరిపాలన ఆ ప్రదేశాలలో స్తంభించి పోయింది. గ్రామపరిపాలన అంతా గెరిల్లా దళాల చేతిలోకి వచ్చింది. నాలుగువేల గ్రామాలలో గ్రామకమిటీలు స్థాపింపబడ్డాయి. పన్నులు రద్దుచేయటము - వెట్టిచాకిరి నిలిపి వేయటము - భూస్వాముల ధాన్యాన్ని పేద ప్రజలకు పంచటంతో ఆరంభమైన ఈ ఉద్యమం వేలకు వేల ఎకరాల బంజర్లూ బంచరాయిలూ పోరంబోకులూ ప్రజలు పంచుకునే వరకూ వచ్చింది. అంతవరకూ తప్పుడు పత్రాలను సృష్టించి భూస్వాములు అనుభవిస్తున్న భూమినంతా ప్రజలు స్వాధీనం చేసుకుని పంచుకున్నారు. భూస్వాములకు భూపరిమితిని విధించి, మిగిలిన భూమిని ప్రజలు తమ వశం చేసుకున్నారు. ఇలాంటి భూమిని కూలీలకూ, పేదలకూ పంచిపెట్టారు. ప్రజాద్రోహుల ధాన్యాగారాలను తెరచి కొన్ని వందల పుట్ల ధాన్యాన్ని ప్రజలకు పంచారు. వ్యవసాయ కూలీల రేట్లు పెంచారు. కార్మికులకు కల్లు గీసుకోవటానికి తాటి చెట్లను ఉచితంగా ఇచ్చారు. అనేక గ్రామాలలో ప్రజలే స్వయంగా ఏటి కాలువలూ, కుంటలూ, చెరువుల నుండి పంటల కాలువలను త్రవ్వుకొని పొలాలకు నీరుపెట్టుకున్నారు. విద్యా సౌకర్యాలు కల్పించారు. వైద్య సౌకర్యాలు చేశారు. ఈ విధంగా ఒక విధమైన గ్రామ రాజ్యస్థాపన జరిగింది.

ఇదంతా స్వార్థంతో చేసినదికాదు. ప్రాణ రక్షణ కోసం ప్రజలు ప్రతి ఘటించిన ఉద్యమము. ఈ ఉద్యమము నడిపించి ప్రముఖపాత్ర వహించినవారు రెడ్డి గారూ వారి మిత్ర బృందమూను.

ఈ ప్రజా పోరాటం 1948 సెప్టెంబరు వరకూ పరవళ్లు త్రొక్కింది. హిందువులు చాలామంది ధన మాన ప్రాణాలను పోగొట్టుకున్నారు. అయితే సామ్రాజ్య వ్యతిరేక వాదాన్ని ఆమోదించిన మహమ్మదీయులు కూడా ఈ రాష్ట్రంలో లేకపోలేదు. రజాకార్ల దురంతాలను తటస్థవాదుల వలె చూస్తూ ఊరుకోకుండా బాహాటంగా విమర్శించిన పత్రికాధిపతి షోయిబుల్లాఖాన్ చేతులు నరకబడ్డాయి. ప్రాణాలు నిలువునా తీయబడ్డాయి.

ఇంతకాలమూ ఈ దురంతాలను గురించి వింటూ ఆలోచిస్తున్న ప్రధాన మంత్రికి షోయిబుల్లాఖాన్ నరకబడిన చేతులను చూడగానే చురుకు పుట్టింది. పోలీసుచర్య జరిగింది. రజాకార్ల ఆర్భాటమంతా సైన్యాధికారిని చూడగానే అణగిపోయింది. నిజాం నవాబు గర్జనలు ఆగిపోయాయి. చేతులు పైకెత్తేశాడు.

రెడ్డిగారి వాదన ఏమంటే తమపార్టీ ఎన్నో ప్రజా సమస్యలలో నుండి పోరాటాలలో నుండి ఉద్భవించి ఆ కష్టపరంపరల నెదుర్కొని ఒక నిర్దుష్టమైన కార్యక్రమ మేర్పరచుకున్నదని దానిని అందరూ సరిగా అర్థం చేసుకుంటే తప్పకుండా ఆమోదిస్తారన్న నమ్మకం తనకున్నదని.

రెడ్డిగారు కొంతకాలం రహస్య జీవనం చేయవలసి వచ్చింది. తరువాత పత్రికా ప్రకటన చేసి బైటికి వచ్చారు. రాగానే రెండున్నర మాసాల పాటు చెరసాలలో వుండి డిసెంబరు 51న ఎన్నికలలో పాల్గొనటానికి పెరోల్ పైన విడుదల చేయబడ్డారు. ఆయన భార్య శ్రీమతి సీతాదేవి రెడ్డిగారి ఉద్యమంలో పాల్గొని అక్షరాలా జీవిత భాగస్వామిని అనిపించుకున్నది.

రెడ్డిగారు తన మిత్రులతోపాటు జిల్లాలన్నీ పర్యటించి నల్లగొండ నుంచి పార్లమెంట్‌కూ, భువనగిరి నుండి రాష్ట్ర అసెంబ్లీకి ఎన్నికైనారు. భారతదేశంలో ఎవరికి రానన్ని ఓట్లు వారికి వచ్చాయి. పండిత నెహ్రూ కంటే మూడు అధికంగా ఓట్లను సంపాదించుకున్నారన్న కీర్తి లభించింది. అయితే ఇన్ని ఓట్లు రావటానికి తమ శక్తి ఒక్కటే కాదు ప్రజలకు తమపట్ల గల భక్తి శ్రద్ధలే కారణమంటారు రెడ్డిగారు.

భూదానోద్యమం భువనగిరి తాలూకా పోచంపల్లి గ్రామంలో ఆరంభమైంది. ఆచార్య వినోబాభావే తమ తెలంగాణ పర్యటన సందర్భంలో పోచంపల్లిలో క్యాంపు వేసుకున్నప్పుడు చాలామంది భూస్వాములు భూదానం చేశారు. రెడ్డిగారు భూదానోద్యమానికి వ్యతిరేకి కాదు. కాని వారికి ఆచార్య వినోబాభావేతో అభిప్రాయభేదం వచ్చింది. ఈ ఉద్యమం వెనుక ఉన్న సిద్ధాంతాలతో రెడ్డిగారు ఏకీభవించలేదు. ఈ విషయంలో చాలాకాలం తరువాత కలుసుకున్నప్పుడు రెడ్డిగారితో ఆచార్య వినోబాభావే చర్చించారు. తమ

అభిప్రాయాలు వారు తెలుసుకున్న తరువాత తమతో ఏకీభవించారన్న తృప్తి కలిగింది రెడ్డిగారికి.

రెడ్డిగారు భారత రాజ్యాంగ చట్టంతో ఏకీభవించలేదు. దానిలో అందరికీ తిండీ, బట్టా, ఉద్యోగాలూ కల్పించబడతాయనీ, నిర్బంధ ప్రాథమిక విద్యా విధానాన్ని పది సంవత్సరాలలో అమలు జరుపుతామనీ వుంది. రాజ్యాంగంలోని ఇతర సూత్రాలకున్న ప్రతిపత్తి ఈ ఆదేశాలకూ లేదు. ఈ సూత్రాలు అమలు జరపకపోతే కోర్టుద్వారా ప్రశ్నించే అధికారం ప్రజలకు లేదు.

మన రాజ్యాంగ చట్టాన్ని సోషలిస్టు దేశపు రాజ్యాంగ చట్టంతో పోల్చి చూస్తే ఈ రెండింటికీ గల తారతమ్యము తెలిసి పోతుందంటారు రెడ్డిగారు. సోషలిస్టు దేశాలలో ప్రతి పౌరుడికీ జన్మతో కొన్ని హక్కులు వస్తాయి. అక్కడి రాజ్యాంగ చట్టరీత్యా ఆ హక్కులన్నీ అమలు జరిగి తీరాలి. అక్కడి ప్రభుత్వం ఆ పౌరుడికి విద్య, వైద్యం, ఉద్యోగం, గృహవసతి తప్పనిసరిగా చట్టరీత్యా కల్పించి తీరాలి.

అందుకే భారత రాజ్యాంగ చట్టం రూపుధరించి ఇరవై అయిదు సంవత్సరాలు దాటినా ఇంతవరకూ ఏ ఒక్క ఆదేశమూ అమలు జరగలేదంటారు రెడ్డిగారు. ఈ ఆదేశం కేవలం ప్రజలను మభ్యపెట్టటానికే గాని దాని వల్ల ప్రయోజనం శూన్యం. రాజ్యాంగ చట్టము కేవలం అలంకార ప్రాయమని వారి అభిప్రాయము.

వయోజన ఓటింగ్‌లో కూడా లోపమున్న దంటారు రెడ్డిగారు. 18 సంవత్సరాలకే మేజరవుతున్న వ్యక్తికి చట్టరీత్యా ఓటింగ్ హక్కు ఇతర దేశాలలో ఉన్నప్పుడు మనమెందుకు వెనుకబడి వుండాలంటారు రెడ్డిగారు.

ఎన్నికల విధానమూ దానికయ్యే ఖర్చు కూడా వారికి నచ్చలేదు. కాంగ్రెస్ జనరల్ ఎన్నికలలో గెలిచిందంటే వారికి గల పలుకుబడి వల్ల కాదు - అదంతా ధనరాసుల ప్రభావమని రెడ్డిగారి కచ్చితమైన అభిప్రాయం.

మన ప్రభుత్వ పారిశ్రామికా విధానం సరియైనది కాకపోవటం చేతనే విదేశాల నుండి అప్పుతీసుకుని ఋణభారం పెంచుకుంటోంది మనదేశం అంటారు.

1952లో ప్రపంచ కమ్యూనిస్టు పార్టీ మహాసభలో పాల్గొనటానికి సోవియట్ యూనియన్‌కు వెళ్లిన ఏడుగురిలో రెడ్డిగారొకరు. మాస్కోలో వీరికి ఘన స్వాగత మిచ్చారట. సభలకు ముందు జరిగిన చర్చలు రష్యన్ భాషలో జరిగినా ఆ చర్చలలో రెండువేల మంది పాల్గొన్నారట. మహాసభలలో జరిగిన కార్యకలాపాలను ఐదు భాషల్లో అనువాదం చేశారట.

అక్కడికి వెళ్లిన తరువాత రెడ్డిగారు ఆరోగ్యం చెడింది. అప్పుడు ఒక విషయాన్ని

వారు బాగా జ్ఞాపకం పెట్టుకున్నారు. అక్కడ చక్కని వైద్య సదుపాయాలున్నాయట. ప్రభుత్వం ప్రజలందరికీ ఉచిత వైద్య సదుపాయాలను కల్పించిందట. ప్రజారోగ్యాన్ని గురించి బాగా శ్రద్ధ తీసుకుంటుందట.

సోవియట్ యాత్రలో రెడ్డిగారిని ఆకర్షించిన విషయాలు – మొదటిది సోవియట్ ప్రజలకు శాంతిపట్ల వున్న ప్రగాఢ వాంఛ. రెండవది ఆదేశపు స్త్రీలు అనుభవిస్తున్న స్వాతంత్ర్యమూ, దేశపునర్నిర్మాణంలో వారు వహిస్తున్న పాత్ర, ఆర్థిక సాంఘిక రాజకీయాలలో వారికున్న స్థానము. మూడవది మనము దేనిని ఆదర్శమనుకుంటామో దానిని ఆ దేశీయులు ఆచరణలో పెట్టి చూపిస్తున్న క్రమశిక్షణ. ఉన్నతస్థాయినందుకున్న ఆ క్రమశిక్షణ ఆ దేశంలో అందరిలోనూ ప్రత్యక్షంగా రెడ్డిగారు చూశారట.

అక్కడ అందరూ తమ కర్తవ్యాన్ని అత్యంత భక్తితో నిర్వహిస్తారట. ప్రతివ్యక్తీ వేతనం కొరకు కాక దేశభక్తితో బాధ్యతతో పనిచేస్తున్నట్లుగా రెడ్డిగారు గ్రహించారు.

1956 నవంబరులో అన్ని పార్టీలూ కలసి కన్న బంగారు కలలు పండి ఆంధ్రప్రదేశ్ అవతరించింది. కానీ ప్రాంతీయ విభేదాల వల్ల ఆర్థిక అసమానత వల్ల అభిప్రాయ భేదాలు వచ్చి ఇరు ప్రాంతాలలోని ఉగ్రవాదుల ఉద్యమ ఫలితంగా విడిపోయే ప్రమాదమేర్పడ్డది. ప్రజలు ధన, ప్రాణ పరువు నష్టాలకు గురిఅయ్యారు. విద్యార్థులు కూడా ఉద్యమాలలో పాల్గొని నష్టపోయారు. ఆంధ్రప్రదేశ్ ఏర్పడేముందు పెద్ద మనుష్యుల మధ్య చేసుకున్న ఒప్పందం ఆచరణలో జరగలేదనే ప్రచారం ప్రబలింది. ఇరుపక్షాల ఉద్యమాలూ వెర్రితలలు వేశాయి. నాయకులు ప్రెసిడెంట్ రూల్‌కు తలలు వంచారు.

ఈ ఉద్యమాలు ముమ్మరంగా సాగుతున్న రోజుల్లో రెడ్డిగారు ఒక పత్రికా ప్రకటన చేశారు. "నాలుగున్నర కోట్ల ఆంధ్రులు ఎక్కడున్నా వారందరిదీ ఒక భాషే – ఒక సంస్కృతే – ఒక చరిత్రే. చరిత్రలో కొన్ని దశల్లో తప్ప ఆంధ్ర ప్రజానీకమంతా కలిసే వున్నారు. అటువంటి కలయిక పరాయి ప్రభుత్వంలోనే జరిగింది. సామ్రాజ్య వ్యతిరేక పోరాటంలో ఈ రెండు ప్రాంతాలూ ఉమ్మడిగా పోరాటం చేశాయి. ఆంధ్ర సారస్వతంలో మహత్తరమైన కావ్యరచన తెలంగాణలోనూ, కోస్తా జిల్లాలోనూ కూడా జరిగింది. ఆధునిక పారిశ్రామిక యుగంలో ఆంధ్ర ప్రజలు సర్వతోముఖాభివృద్ధి చెందాలంటే వ్యాపారంలో – విద్యలో ఆర్థిక కార్యకలాపాలలో పరిపాలనలో ఒకే భాషద్వారా తమ వ్యవహారాలను కొనసాగించటం అవసరం. ప్రస్తుత పరిపాలన వర్గ అభివృద్ధి నిరోధక సంకుచిత స్వార్థపర విధానాల వల్ల తాత్కాలికంగా కొన్ని చిక్కులూ కలతలూ సంభవించినప్పటికీ ఆంధ్రుల సర్వతోముఖాభివృద్ధి సమైక్యాంధ్రలోనే సాధ్యము" ఇది వారి ప్రకటనలోని సారాంశము.

రెడ్డిగారు ఈ రెండు ఉద్యమాలకూ వ్యతిరేకి, విజయవాడలో విశాలాంధ్ర ఆఫీసును నిలబెట్టుకోవటానికి కొన్ని వేల రూపాయలు ఖర్చుయినవని రెడ్డిగారు చెప్పారు.

"షట్సూత్ర పథకం చాలా మంచిది. ప్రస్తుత పరిస్థితులలో అది తప్ప ఉభయ ప్రాంతాలనూ సమాధాన పరచగలది మరొకటి లేదు. కాని చిత్తశుద్ధితో మనము ఆచరణలో పెట్టాలి" అంటారు రెడ్డిగారు.

"ప్రముఖ కవి డాక్టరు నారాయణరెడ్డి గారన్నమాటే నేనూ అంటాను. వీర తెలంగాణ మాది – వేరు తెలంగాణా కాదు" అంటారు.

దేశం బాగుపడాలంటే కాంగ్రెస్, కమ్యూనిస్టు పార్టీ కలిసి పనిచేయాలని వారి భావన – కాదు – ఆశయము.

"కమ్యూనిస్టు పార్టీకి ఎన్ని ఆదర్శాలు వుంటే ఏం? అధికారం లేదుగా?" అంటారు.

రెడ్డిగారు పది సంవత్సరాలు పార్లమెంట్ మెంబర్‌గా ఉన్నారు. 1957 నుండి 60 వరకూ స్టేట్ అసెంబ్లీలో మెంబర్‌గా ఉన్నారు. పబ్లిక్ అకౌంట్స్ కమిటీ ఛైర్మన్‌గా పనిచేశారు.

రెడ్డిగారికి అధికార వ్యామోహం లేదు. పదవి మీద కాంక్షలేదు. అవి వుంటే ఈపాటికి పార్టీ బదలాయించి ముఖ్యమంత్రి స్థానమాక్రమించగల శక్తిమంతులు.

రెడ్డిగారు నిరుపేదగా పుట్టలేదు – నిట్టూర్పులలో బ్రతకలేదు.

రెడ్డిగారి జీవితాన్ని పరిశీలించి చూస్తే వందల కొలదీ ఎకరాలు గల భూస్వామి (స్వగ్రామంలో గడీ కూడా వుండే వుండాలి) దొర అనిపించుకున్న రెడ్డిగారికి కటిక దరిద్రుడి దైన్య జీవితాన్ని పరిశీలించే హృదయమూ, అవకాశమూ వుండటము విచిత్రంగానే కనబడుతుంది.

ఈనాటికీ ప్రజ్వలిస్తున్న ఈ తెలుగు వెలుగు తన జీవితంలో ఎన్ని కుగ్రామాలను బాగుపరచిందో? అంధకారంలో మ్రగ్గుతున్న పీడిత ప్రజానీకానికి ఎన్ని వెలుగు బాటలు వేసిందో? 'నీ బాంచను కాల్మొక్తా' అన్న దళిత వర్గంలో ఎంత మందికి అభయ ప్రదానం చేసిందో? క్షుధార్తులకెందరికి అన్నదానం చేసిందో? ఆశ్రితులెందరి గౌరవాన్ని కాపాడిందో?

వారికి వారే సాటి!

కాంగ్రెస్ కమ్యూనిస్టు పార్టీ కలయికను ఈ తెలుగు వెలుగు తన చర్మచక్షువులలో చూడాలని వేగిరపడుతున్నది.

మందుముల నరసింగరావు గారు

హృదయాన్ని ఉప్పొంగించే గురుగుణాలు కట్టెదుట కాంతులీనినప్పుడు పుష్పాంజలి సమర్పించటానికి మనసు ఆత్రపడుతుంది. కొందరిలో ఈ గుణాలు చూడగానే ప్రత్యక్షమవుతాయి. మరికొందరిలో కాలక్రమేణగాని బయటపడవు. మందుముల

నరసింగరావు గారు ఈ కోవలో చేరినవారు. సర్వసద్గుణాలనూ మణి మకుటంచేసుకుని వేయి కిరణాల వేలుపువలె వెలుగొందు వారు కారు నరసింగరావు గారు. కాని - వారి జీవనసరళిలో ధగధగ మెరిసే రవల కాంతులు ఎదటి వారికి వెలుగు బాటలు వేస్తాయి.

రావుగారు కళాశాల విద్యనభ్యసించలేదు. కాని - అర్థశాస్త్ర, న్యాయశాస్త్ర, రాజకీయ శాస్త్రాలలో కొరుకుడు పడని కొయ్యలను కూడా చేత చిక్కించుకున్న ఘటికులు. అందుకే నిజాం ప్రభుత్వములో కూడా ఎప్పుడు - ఎక్కడ ఎటువంటి చర్యలు జరిగినా - పరిశీలవలు జరిగినా - విచారణలు జరిగినా వారిని ఆహ్వానించక తప్పలేదు. ఇలా ప్రజ్ఞ చూపగలవారు సంఘములో మనకు బహుకొద్దిమంది మాత్రమే కనబడతారు. ప్రజ్ఞ ఉన్నా రావుగారివలె తూచి తూచి మాట్లాడగలిగినవారూ - తులనాత్మకమైన తీర్పు ఇవ్వగలిగినవారూ బహు అరుదు.

రావుగారు గొప్పవక్త కాకపోవచ్చు. కాని - దేశంలో తరచుగా ప్రతి ఘటించే క్లిష్ట సమస్యలు ఇటువంటి వారి వల్లగాని, వక్తల వల్ల పరిష్కారం కావని నిరూపించుకున్నారు.

రావుగారు ఒక పత్రికాధిపతి. పత్రిక నిర్వహించక పూర్వము వకీలు. వారు ఉర్దూ, పర్శ్యన్ భాషల్లో హైయ్యర్ పరీక్ష 1919లో పాసయినారు. అప్పటివరకూ ఆంగ్ల భాషా పరిచయము లేదు. దారుల్లులుమ్ కళాశాలలో డాక్టర్ మేల్‌కోటే మామగారైన శ్రీకంఠయ్య గారు నడుపుతున్న రెండు సంవత్సరాల కండెన్స్‌డు కోర్సులో చేరారు, ఏబీసీడీల దగ్గర నుండి మెట్రిక్ వరకు ఆ రెండు సంవత్సరాలలో నేర్చుకోవాలి. ఉదయం నుండి సాయంత్రం వరకూ నిర్విరామంగా విద్యార్థులు ఉపాధ్యాయుల ఎదుట కూర్చుని అధ్యయనం

చేయాలి. ఈ ఎం(టెన్స్ పరీక్షలో పాసైన విద్యార్థులు ఉస్మానియా కళాశాలలో ఇంటర్మీడియట్‌లో చేరవచ్చు. ఈ కోర్సులో ముప్పది మందికి పైగా చేరారు. చాలా మంది ఉత్తీర్ణులైన కళాశాలలో చేరారు. కాని - రావుగారు ఉత్తీర్ణులు కాకపోవటం చేతనే "లా" చదివి 1921లో ప్రాక్టీసు మొదలు పెట్టారు.

రావుగారికి ఆ వృత్తిలో ఒక నగ్నము గోచరించింది. వకీలు ఎంత తెలివిగలవాడయితే అంతగా చట్టాన్ని తనచేతిలో ఇముడ్చుకుని - ఎటుకావాలంటే అటు వాదించి కేసును గెలిపించగలడు. రావుగారికి న్యాయశాస్త్రం వంటబట్టింది కాని - చట్టము చేతిలో ఇమిడ్చుకోవటం చేతకాలేదు. ఆ వృత్తికి తగ్గిన యోగ్యత తనకు లేదని రూఢి చేసుకున్నాడు.

ఉత్సాహము ఉరకలు వేసే వయసు. ప్రజాహిత కార్యమేదయినా చేయాలన్న ఉబలాటం కొద్దీ 1927లో రయ్యత్ వారపత్రికను ఉరుదూ భాషలో స్వతంత్రంగా స్థాపించారు.

ఉరుదూ భాషలో రావుగారు పత్రిక నడపటమేమిటని అన్నవారు అప్పుడూ కూడా లేకపోలేదు. "నాకు తెలుగు భాష సరిగా రాదు ఉరుదూ రాజభాష. కనుక ఆ భాష ద్వారానే నేను దేశసేవ చేయదలచానన్నదే" అప్పుడు అడిగిన వాళ్లకూ - ఇప్పుడు ఆశ్చర్యపడిన వాళ్లకూ వారు ఇచ్చే సమాధానం కాని - అంతర్గతంగా ఉన్న రహస్యముకాదు. తన ఆశలూ - ఆశయాలూ - సందేశాలూ - అన్ని నిజాం ప్రభువు వద్దనుండి ప్రతి సామాన్య పౌరుడూ చదివి తెలుసుకోవాలి కనుక పాలకులకూ పాలితులకూ అర్థమయ్యే ఉరుదూ భాషలో పత్రికను నడిపితేనే అవి సాధ్యము.

మధ్య మధ్య ఆగినా - పాతిక సంవత్సరాల కాలము నడిపిన రయ్యత్ పత్రిక చిన్నదేకాని దాని శక్తి గొప్పది. రావుగారి రాజకీయమంతా పత్రికకు రయ్యత్ అని పేరు పెట్టటంలోనే ఉన్నది. రయ్యత్ అంటే రైతాంగమన్న మాట. తెలంగాణా ఉద్యమాలకు మూలకందం రైతు. నిజాం సంస్థానంలో నిజాం ప్రభువు - సంస్థానాధీశులూ - జాగీర్దార్లూ అత్యంతాధునిక సౌకర్యాలతో దినదినమూ పెరుగుతుండే హైదరాబాదు సికింద్రాబాదు జంటనగరాలలో విలాస జీవితాలను గడుపుతుంటే - తాను మార్గమైనా సరిగాలేని నీటి వసతి లేని ఆ కుగ్రామాలలో చెమటోడ్చి సేద్యముచేసి పండించి - ప్రభువులకూ భూస్వాములకూ పన్నుకట్టి తాను నిరుపేదగా నిలిచినవాడు రైతు. ఆ రైతాంగాన్ని దృష్టియందుంచుకొని రైతాంగ సమస్యలనూ - ప్రజా సమస్యలనూ - ప్రజాబాహుళ్య అభిమతాలనూ చర్చించటానికి వ్యవస్థీకరింపబడినదా పత్రిక.

రావుగారు శారీరకముగా బలహీనులే కానీ వారి కలానికి బలమెక్కువ. కొంత వేడిగా కొంత వాడిగా కొంత సంయమనంతో కొంత సున్నితంగా ఎన్నో పోకడలు పోయేదా కలము. ప్రభుత్వానికి పక్కలో బల్లెములా ఉండేది. నిజాం ప్రభువుకూ జాగీర్దార్లకూ సంస్థానాధిపతులకూ గుండెల్లో రైళ్లు పరుగెత్తించేది భావ గాంభీర్యముతో పాటు ప్రౌఢమైన శైలిలో ప్రజాకర్షణీయంగా ఒక ఆప్త మిత్రుడిలా చదువరులను పరామర్శించేదా కలము. ఉత్తరా పథంలోని ; దక్కనీ ఉరుదూ చిక్కదనానికి చక్కని కీర్తిసౌధం చెక్కినదాకలము. రావుగారిది ఉర్దూలో విలక్షణమైన శైలి. ఉరుదులోని సహజమైన ఉద్వేగం - పార్శీలోని పౌరుషం - సంస్కృతంలోని సౌమ్యత, తెలుగులోని తేటదనం రంగరించుకున్నదా శైలి.

దేశీయ సంస్థానాల స్వాతంత్ర్య పోరాటాన్ని గురించి చరిత్ర ఎవరైనా వ్రాస్తే రయ్యత్ పత్రికకు అగ్రస్థానమివ్వవలసి ఉంటుంది. అటువంటి పత్రిక 'న భూతో న భవిష్యతి'.

ఈ పత్రికను చదివి బెదరిపోయే నిజాం ప్రభువూ జాగీర్దార్లూ సంస్థానాధీశులూ రావుగారి స్నేహాన్ని అభిలషించేవారు. వారి స్నేహ సౌభాగ్యాన్ని అనుభవించాలని కాదు స్నేహమార్గాన వారి మనసును మల్లించాలని. కాని రావుగారు మాటల్లో స్నేహితులేగాని చేష్టలలో కాదు. నిజాం ప్రభుత్వంలోని నిరంకుశత్వాన్ని నిర్భయంగా తెగనాడిన పత్రికాధిపతి.

రయ్యత్ పత్రిక ఒక మతాన్నిగాని ఒక ప్రాంతాన్ని గాని ఒక వర్గాన్నిగాని సమర్థించలేదు. జాతీయ పురోభివృద్ధిని కాంక్షించి తదనుగుణంగా నడిచినదాపత్రికా - నిజాం రాష్ట్రము మహారాష్ట్ర ఆంధ్ర కర్నాటకూడలి. మహమ్మదీయులూ మహమ్మదీ యేతరులూ అన్న వివక్షత లేకుండా సకల జనాభివృద్ధికీ కృషి చేసిందా పత్రిక. నిజాంగారి ఛత్రచ్ఛాయలలో బాధ్యతాయుత ప్రభుత్వం కొరకు కృషి చేసింది. అఖిల భారత కాంగ్రెసుతో స్టేటు కాంగ్రెసు విలీనం కావటానికి కృషిచేసి పత్రికా ప్రపంచంలో ఒక విశిష్టమయిన స్థానాన్ని ఆక్రమించుకొనగలిగింది.

రావు గారికి అపారమయిన రాజకీయ పరిజ్ఞాన మున్నది. సంఘ సంస్కరణాభిలాష ఉన్నది దేశాన్ని రాజకీయ, విద్యా సాంఘిక సాంస్కృతిక వైజ్ఞానికంగా పురోగమింపచేయటానికి వివిధమార్గాల నన్వేషించగల భావనా సంపత్తి ఉన్నది కాని - ధనమాడెడి చేతిలో కలమాడదన్న సామెత రావుగారి విషయంలో ఋజువైంది. సామాన్యంగా గ్రంథరచనా పత్రికా సంపాదకత్వాలు వృత్తిగా చేసుకున్నవారు ఆర్థిక కష్టాలే ఆర్జించుకుంటారు. అలాగే రావుగారికి పత్రిక నడపటానికి తగిన ఆర్థిక సంపత్తిలేదు. కాని - ఆ రోజుల్లో మతాతీతమయిన సుహృద్భావము చాలా మందిలో ఉండేది. సర్వశ్రీ

మెహ్దీ నవాజ్ జంగ్ - సాలార్జంగ్ - రాజా ప్రతాపగిర్జీ - బారిస్టర్ శ్రీ కిషెన్ మొదలైన వారు ఆర్థిక సహాయం చేస్తూ ఉండేవారు. రయ్యత్ పత్రిక ప్రజావాణి. దానికి అప్పుడు సిటీ కాలేజిలో లెక్చెరరయిన శ్రీ ఫజురుల్ రహమాన్ గారూ - అప్పుడు ఉస్మానియా కళాశాలలో పనిచేస్తున్న (అప్పటి మహరాష్ట్ర గవర్నరు) శ్రీ ఆలియావర్జంగ్ గారూ తరచుగా వ్యాసాలు వ్రాస్తూ ఉండేవారు.

పాతిక సంవత్సరాలలో రయ్యత్ పత్రిక ఆగిపోయిన రెండు సార్లు - ఆ సంఘటనలు ప్రజా ప్రశంసల నందుకున్నవి సర్ అక్బర్ హైదరీ ఆర్థిక మంత్రిగా ఉండగా దక్కన్ రైల్వే కంపెనీని నిజాం ప్రభుత్వం చేత బ్రిటీషు వారి వద్ద నుండి అధిక మొత్తానికి కొనిపించాలన్న ప్రయత్నం జరిగింది. బ్రిటిషు వారికీ నిజాం ప్రభుత్వానికి మధ్య నున్న ఒడంబడికననుసరించి గడువు కాలము పూర్తి కాగానే అది నిజాం ప్రభుత్వానికే చెందుతుంది. ఈ లోపల అధికధర పెట్టి ఆ కంపెనీని కొనట మెందుకు? ఆర్థిక మాంద్యపు రోజుల్లో ప్రజల కనీసావసరాలనయినా గమనించకుండా ఆ కంపెనీని కొన్నందువల్ల ఎవరికి లాభం? ఇలా రావుగారు తీవ్రంగా విమర్శించినందువల్ల ప్రభుత్వం నిలిపి వేసింది రయ్యత్ పత్రికను.

తాము యథార్థమే వ్రాశాననీ తిరిగి పత్రికను నడుపుకోవటానికి అనుమతించవలసిందనీ ప్రభుత్వానికి దరఖాస్తు పెట్టుకున్నారు రావుగారు.

మహరాజా కిషెన్‌ప్రసాద్ మంత్రిగానూ మహమ్మద్ మెహ్దీనవాజ్ జంగు కౌన్సిల్ ఆఫ్ మినిస్ట్రీకి సెక్రెటరిగానూ ఉన్నప్పుడు రావుగారికి తిరిగి 1931లో పత్రిక నడపటానికి అనుమతి లభించింది. అలా పత్రిక అర్థబలం లేకపోయినా నైతికబలంతో 1931 నుండి 40 వరకూ నడచింది. కొందరు మిత్రులు - అప్పుడు ఆర్థిక సహాయ కార్యదర్శిగా ఉన్న శ్రీ యల్.యన్. గుప్త, హరిశ్చంద్రహెడా మొదలైనవారు వారపత్రికగా ఉన్నదాన్ని దినపత్రికగా మార్చుమని ప్రోద్బలం చేశారు. రావుగారు తన మిత్రబృందంతో కలిసి మార్వాడీల చేత షేర్లు కొనిపించారు. సర్వశ్రీ రాజాబహద్దరు వెంకట్రామారెడ్డి, కొండా వెంకటరంగారెడ్డి, కాశీనాథరావు వైద్య, జి రామాచారి, బూర్గుల రామకృష్ణరావు, నరసింగరావు గారలు డైరక్టర్లుగా ఒక కంపెనీని నెలకొల్పారు. ఈ కంపెనీకి ప్రధానమయిన షేర్‌హోల్డర్లు సర్వశ్రీ పన్నాలాల్ పిఠీ, బంకట్ లాల్ బద్రుకాగార్లు. ఈ కంపెనీ ఎకౌంటెంటుగా శ్రీ యల్లాప్రగడ నారాయణగారు (ఆంధ్ర బుక్‌హవుసు) పనిచేస్తూ వచ్చారు.

అప్పుడు రావుగారు రయ్యత్ పత్రికాధిపతిగా తీసుకున్న జీతం లెక్క పెట్టి నెలకు మూడు వందల హాలీ రూపాయలు. వారి అసిస్టెంట్లకు ముగ్గురికి మూడు ఏభయి. వీరు

ముగ్గురూ వెళ్లిపోయిన తరువాత ఉస్మానియ గ్రాడ్యుఏటయిన షోయిబుల్లాఖానుగారు సబ్ ఎడిటరుగా పని చేస్తానని వచ్చారు.

రావుగారు నూటికినూరుపాళ్లు కాంగ్రెసు వాది.

షోయిబుల్లాఖాను గారు రాయిస్టు.

తన పత్రికాఫీసులో గ్రేడ్సు లేవు. స్కేళ్లు అంతకంటే లేవు. మరి ఆయనకు ఆకర్షణ ఏమిటి?

రావుగారి సందేహాన్ని గ్రహించిన షోయిబుల్లాఖాను గారు "నా రాయిజం మీ గాంధిఇజంకు లోబడి ఉంటుంది. జీతం మీరేమిచ్చినా నాకు సంతోషం" అన్నారు. అలా షోయిబుల్లాఖాను గారు రయ్యత్ పత్రికాఫీసులో 47 అక్టోబరు రాత్రి పది గంటల వరకూ పనిచేశారు.

ఆ రాత్రి – 1947 అక్టోబరు రాత్రి పదిగంటల వేళ రావుగారు లీడింగ్ ఆర్టికల్ వ్రాయాలని చర్చిస్తూ ఉండగా పోలీసు అసిస్టెంటు కమీషనరు హఠాత్తుగా వచ్చి ప్రెస్సుకు తాళం వేశారు.

కారణం రావుగారికి అంతుబట్ట లేదు. నాలుగు రోజుల పాటు భూమ్యాకాశాలు కలుసుకుని పోయినంత కలవరం బయలుదేరింది మనసులో.

నాలుగవరోజు హోంమినిస్టరు మోయిన్ నవాజ్ జంగ్ రావుగారిని పిలిపించాడు. పత్రికను రావుగారి ముందు పడేసి "ఈ వ్రాతలు మీవేనా? వీటి బాధ్యత మీదేనా?" మండిపడుతూ అడిగాడు.

రావుగారి కంతా అర్థమైంది. అంతకు కొద్ది రోజుల క్రితం స్వతంత్ర హైదరాబాదు ఎలా ఉండాలో ఒక ప్రణాళికను రజాకార్ల పత్రిక ప్రకటించింది. దానిలో సెంట్రల్ ప్రావిన్సిస్, బొంబాయి, మదరాసుల నుండి హైదరాబాదుకు మహమ్మదీయులు తరలి రావాలి హైదరాబాదు నుండి (బొమ్మన్, బనియా, రెడ్డి) సవర్ణులంతా వెళ్లిపోవాలి. ఈ ప్రణాళికను త్వరలో అమలుపరచాలని పత్రిక ప్రకటించింది. అప్పటికే మహమ్మదీయులు హైదరాబాదుకు అసంఖ్యాకంగా వస్తున్నారు. కాందిశీకులకు శిబిరాలు నెలకొల్పబడుతున్నాయి. ఈ ప్రణాళికను వ్యతిరేకిస్తూ రావుగారు మూడు నాలుగు వ్యాసాలు రయ్యతు పత్రికలో వ్రాశారు. వాటిలో "సవర్ణులు భూమి ప్రతి అంగుళం కోసం పోరాడుతారు కాని వదలిపెట్టి వెళ్లరు. వెళ్లేనాడు వాటితోనే వెళ్తారు" అని రజాకారు పత్రికను తీవ్రంగా ఖండించారు. ఆ వ్రాతల ఫలితం ఇదన్నమాట!

"ఆ వ్రాతలు నావే. వాటి బాధ్యత కూడా నాదే. ఆ ప్రణాళికను వ్యతిరేకిస్తూ

ప్రజా హితైషిగా వ్రాశాను" అని నిర్భయంగా జవాబిచ్చారు.

"ఫలితాలు ఆలోచించారా?" మంత్రిగారు ప్రశ్నించారు.

"కర్మ చేసేటప్పుడు ఫలితాలను గురించి ఆలోచించటానికి ఊహించటానికీ మామతం అంగీకరించదు. అది మాపని కాదు" తీక్షణంగా జవాబిచ్చారు.

అంతే, రయ్యత్ పత్రిక మరొక్కసారి ఆగిపోయింది. రావుగారు నవ్వుకున్నారు.

కాని పత్రికలో పనిచేస్తున్న షో యిబుల్లాఖాను గారు ఉద్రేక స్వభావులు. ఆయనకు ఆపుకోలేని దుఃఖం వచ్చింది. అంతక్రితమే తన పేరుతో ఇమ్రోజ్ (Today) పత్రికకు పర్మిషను తీసుకున్నారు. దాని పాలసీ కూడా రయ్యత్ పత్రిక పాలసీయే బూరుగుల రామకృష్ణరావుగారి సహాయంతో ఆ పత్రికను రజాకార్లు తన చేతులు నరికి ప్రాణం తీసే వరకు నడిపారు.

1930లో ఆంధ్ర జనకేంద్ర సంఘం ఆధ్వర్యాన తెలుగుభాషా సంస్కృతుల పునరుజ్జీవనం కోసమూ ఫ్యూడల్ దురంతాలకు వ్యతిరేకంగానూ చెదురు మదురుగా సాగుతున్న ఉద్యమాల వాగులన్నీ కలసి మహానది అయినట్లు ఆంధ్రమహాసభగా రూపొందాయి. 1930లో ప్రథమాంధ్ర మహాసభ జోగిపేటలో జరిగింది. ఆ మహాసభలో రాష్ట్రంలోని తెలుగు ఉద్యమాలన్నీ వచ్చి కలిశాయి. దానికి మాడపాటి వారు కార్యదర్శి - రావుగారు సహాయ కార్యదర్శి.

1938లో మహాసభ నిజామాబాదులో జరిగింది. ఈ సభకు రావుగారు అధ్యక్షులు. ఈ సభలో చెలరేగిన ఘర్షణలు చరిత్రాత్మకమయినవి. రాజకీయ దుమారంలో నుండి భాషా సమస్య బయలుదేరింది. మాటలు ఈటెల్లా విసురుకున్నారు.

అసలు సంగతి - స్థానికంగా ఆహ్వాన సంఘ సభ్యులుగా శ్రీయుతలు కాశీనాథరావు ముఖ్పాల్కర్, మౌల్వీగులాం మహమ్మద్ ఆ సభకు ఎన్నికయినారు. వీరిద్దరూ హిందీ ఉరుదు భాషల్లో ప్రసంగించటానికి ప్రయత్నించారు. నందగిరి వేంకట్రావుగారి ఆధ్వర్యాన తీవ్రవాదులు కొందరు అభ్యంతరం లేవదీశారు. దీనిపైన విషయ నిర్ణయసభలో తీవ్రవాదోపవాదాలు చెలరేగాయి అయితే నిబంధనావళిలోని 2వ క్లాజు ననుసరించి వీరిద్దరికీ ఆ సభలో పాల్గొనే హక్కుంది కాని 31వ క్లాజు ఆ హక్కును రద్దు చేస్తున్నది. సభ్యులలో వాదోపవాదాలు చెలరేగాయి. తీవ్రవాదులు ఆందోళన చేశారు.

ఆంధ్ర మహాసభలో ఆంధ్రుడు మాత్రమే పాల్గొనవలెన! ఆంధ్రభాషలో మాత్రమే ప్రసంగించాలా? అసలు ఆంధ్రులంటే ఎవరు! ఆంధ్ర ప్రాంతమంటే ఏది? ఈ ప్రశ్న పరంపర మహాసభలో తీవ్ర చర్చకు దారితీసింది.

ఆంధ్ర ప్రాంతమంటే తెలంగాణాలోని తొమ్మిది జిల్లాలు. తెలంగాణాలో ఆంధ్రులతోపాటు మహారాష్ట్రులు, కర్నాటకులు, మహమ్మదీయులు, కాయస్థులు మార్వాడీలు, పార్శీలు, సింగులు, సిక్కులు - ఇలా అనేక రకాల ప్రజానీకం ఉన్నది. తెలంగాణాలో ఆంధ్ర మహాసభకు సభ్యుడైన ప్రతి వ్యక్తీ తన మాతృభాషలో ప్రసంగించవచ్చు. ఇది రావుగారు అధ్యక్షులుగా సమర్థించిన వాదము.

ఈ వాదం మీద "రావుగారికి తెలుగుభాష రాదు. వారిది తౌరక్యాంధ్రము తెలుగు భాష మీద వారి కభిమానంలేదు" అన్నారు తీవ్రవాదులు.

ఆంధ్ర భాష ఒక్కొక్క ప్రాంతంలో ఒక్కొక్క రూపంలో వాడుకలోకి వచ్చింది. ఇలా రావటంలో ఆయా ప్రాంతీయ భాషల ప్రభావం తెలుగు భాషపైన ఎంతయినా ఉంటుంది. కర్నాటక ప్రాంతములోని వాడుక తెలుగు భాష మీద కన్నడ ప్రభావము ఉండటమేకాక కన్నడ భాషలోని శబ్దాలు కొన్ని తెలుగు భాషలో కలిసి పోయాయి. మాట్లాడే వారికి కన్నడ యాసకూడా వచ్చింది. అలాగే తమిళభాషా ప్రభావం, మహారాష్ట్ర భాషా ప్రభావం, హిందీ ఉర్దూ భాషల ప్రభావం ఆయా ప్రాంతాలలోని తెలుగు భాషపైన పడి కొన్ని సరికొత్త మాండలికాలను సృష్టిచేసింది. తెలుగు భాషలోని మాండలికాలలో వైవిధ్యాన్ని సృష్టించింది. తెలంగాణాలో అచ్చ తెలుగుతో పాటు ఉర్దూ భాషా ప్రభావం ఉండటమే గాక తెలుగు భాషకు తగిన ఆదరణలేని కారణం చేతనూ, అధికార భాష అయిన ఉర్దూ చాలామంది ఇండ్లలో కూడా వాడుక భాషగా చెలామణి అవుతున్నందునా అదొక రకమైన తెలుగు భాషగా రూపొందింది.

పరిస్థితుల నర్థం చేసుకోకుండా తౌరక్యాంధ్రమనే హేళన మహాసభలో చెలరేగింది. కాని రావి నారాయణరెడ్డి గారూ తదితరులూ లేచి ఆంధ్రేతరులను ఆంధ్రేతర భాషల్లో ప్రసంగించటానికి తీర్పుచేశారు.

రెండు సంవత్సరాల పాటు మరొక సభ జరిగే వరకు రావుగారు ఆ సంస్థకు అధ్యక్షులుగా ఉన్నారు.

అది రెండవ ప్రపంచ యుద్ధం జరుగుతున్న కాలం హిట్లర్, స్టాలిన్ ఐక్యంగా ఉన్నరోజులు. అది ఇంపీరియల్ వార్ అంటే సామ్రాజ్యవాదుల యుద్ధమని కమ్యూనిస్టులు ప్రకటించారు. దాని ప్రభావం దేశదేశాలలోని ప్రజలలో కొంత సంచలనం కలిగించింది. 1941లో హిట్లర్ సోవియట్ యూనియన్ మీద యుద్ధం ప్రకటించాడు. దీనితో ప్రపంచవ్యాప్తమైన ప్రజల్లో ఫాసిజం పట్ల ద్వేషం పెరిగింది. సోషలిస్టు కుటుంబం పెరిగింది. యుద్ధకాలంలోనే అనంత పరిణామాల బీజాలు స్పష్టంగా కనుపించాయి. దీని ప్రభావం

తెలంగాణ మీద కూడా పడ్డది. మహాసభ సభ్యులు కొందరు కమ్యూనిష్టులయ్యారు. అభిప్రాయ భేదం వచ్చింది. ఘర్షణలు చెలరేగాయి.

మొదటి ప్రపంచ మహా యుద్ధమయిన తరువాత సర్ అలీ ఇమామ్ పాట్నా నుంచి హైదరాబాదు సంస్థానానికి ప్రధానమంత్రిగా వచ్చారు. వారు నిజాంగారి అంతరంగిక వ్యవహారాల సలహాదారుడు. "ప్రపంచంలో రాజకీయంగా అనేక మార్పులు వస్తున్నాయి. సామ్రాజ్యాలు పడిపోతున్నాయి మీరు కూడా మారాలి. రాజ్యాంగ సంస్కరణలు ప్రవేశ పెట్టాలి" అని నిజాం ప్రభువుకు సలహా ఇచ్చారు. అప్పుడు బీహారు బ్రిటీషువారి నుండి తిరిగి తీసుకోవాలన్న ప్రస్తావన వచ్చింది. హైదరీ గారందుకు వ్యతిరేకి. ఉన్న దానికి కూడా మోసం రావచ్చని భయపెట్టారు. అప్పుడు – అంటే – అలీ ఇమామ్ కాలంలో "పొలిటికల్ రిఫార్ము ఎసోసిఏషన్" నెలకొల్పారు. ప్రజా ప్రతినిధులుగా శ్రీయుతులు వామన్ నాయక్, కేశవరావు కోరట్కర్, మహ్మద్ అస్గర్, అస్కర్ హుసేన్, రాఘవేంద్రరావుశర్మ, శ్రీ కిషెన్ బారిస్టరు ముఖ్యులు. మహమ్మద్ అస్గర్ ఈ సంస్థకు అధ్యక్షుడైనాడు. కాని వీరంతాచేరి ఎటువంటి సంస్కరణలు ప్రవేశపెడతారోనని ప్రభుత్వము అలీ ఇమామ్‌ను ఒత్తిడిచేసి రాజీనామ చేయించింది. కేశవరావు గారికి హైకోర్టు జడ్జీ పదవి నిచ్చింది. సంస్థ అణగారి పోయింది ప్రభుత్వం ఆడిన నాటకం ముగిసింది.

దీని తరువాత నిజామ్సు సబ్జక్ట్సు లీగ్ నెలకొల్పబడ్డది. ఇదీ రాజకీయమైనదే. దీనికి ప్రారంభకులు మహమ్మదీయులు. దీనికి అధ్యక్షులు పొలిటికల్ మెంబరుగా రిటైరయిన సర్ నిజామత్ జంగ్. ఈ లీగ్‌లో బూరుగుల రామకృష్ణరావుగారు మెంబరు. ఇది కూడా విఫలమే అయింది. "ప్రభుత్వము ఇచ్చే పెన్షన్ తీసుకుంటూ ఈ లీగ్‌లో ఉండకూడదు" అంటూ సర్ నిజామత్ జంగ్ చేత రాజీనామా చేయించింది.

1946లో సర్ మిర్జా ఇస్మాయిల్ ప్రధాన మంత్రిగా రావటంతో హైదరాబాదు రాష్ట్రంలో కాంగ్రెసు సంస్థ నెలకొల్పటానికి అనుజ్ఞ లభించింది. 1947లో ఆంధ్ర మహాసభ కాంగ్రెసులో లీనమయింది.

హైదరాబాదు రాష్ట్రంలో రాజకీయంగా సాంఘికంగా ఎన్నో మార్పులు కలిగాయి. ప్రజలలో ఒక విధమైన రాజకీయ చైతన్యం కలుగుతూ వచ్చింది. ఎన్నో రాజకీయ సంస్థలు పెట్టారు – తీశారు.

రావుగారనుకున్నట్లే వట్టి గడబిడలే కాని – గట్టిపని ఏదీ రాష్ట్రంలో రాజకీయంగా జరగలేదు. ఈ కాలంలో రావుగారికి చేతిలో పనిలేక దేహంలో అనారోగ్యం చోటు చేసుకున్నది. ఉండవలసిన దానికంటె రక్తపుపోటు తగ్గింది. ఔషధసేవ చేస్తున్నారు. పోలీసు

చర్యానంతరం రావుగారి మిత్ర బృందము "మళ్లీ రయ్యత్ పత్రిక నడపండి" అంటూ ఒత్తిడి చేసింది. కాని వారికి అంత ఉత్సాహం లేకపోయింది. కారణం "స్వాతంత్ర్యానంతరం Paper is for the group or party not for the Country" (స్వాతంత్ర్యానంతరం పత్రిక గ్రూపు కోసమో పార్టీకోసమో గాని దేశం కోసం కాదు) అని తిరిగి పత్రిక జోలికి పోలేదు. కాని – లాభసాటి బేరమని రాహుకాలము దాటిన తరువాత గాంధీ టోపీ ధరించి ఖద్దరు గుడారంలో ప్రవేశించలేదు. 1927లో కాకినాడలో కాంగ్రెసు మహాసభలు జరిగినప్పటి నుండీ ఖాదీ వస్త్రాలే ధరించారు. కాంగ్రెసు మహాంగణాన క్రియకు చోటెక్కువ కదా? నిరంతరం ఏవో రాజకీయపు టాలోచనలు చేసే వారు – కాని – చేతులు ముడుచుకొని కూర్చోలేదు.

సరిగ్గా ఇటువంటి సమయంలో ఉత్తరప్రదేశ్ గవర్నరుగా ఉన్న శ్రీ అక్బరలీఖానుగారు వచ్చి "మీకు చేతినిండా పని చూపిస్తాను" అని తీసుకు వెళ్లారు. అప్పటికి పోలీసు చర్య జరిగి కొద్దికాలమే అయింది. ఇద్దరూ కలిసి బీదర్ ఉస్మానాబాదు జిల్లాలు వారం రోజుల పాటు పర్యటించారు. అంతవరకూ రజాకారు జమానాలో మహమ్మదీయులు హిందువులను హింసించారనే అందరికీ తెలుసు. కాని – వీరి పర్యటనానంతరం మహమ్మదీయులు ఎట్లా హింసించబడ్డారో తెలిసింది. పోలీసుచర్యలో కేంద్ర సైనికులు ముందుకు చొచ్చుకుని వస్తుంటే వెనుకనుంచి హిందువులు చేసిన ఘాతుకచర్యలవల్ల మహమ్మదీయ వనితలెందరో అనాథలయ్యారు. బిడ్డలు తల్లిదండ్రులు లేనివారయ్యారు. పోలీసు చర్యానంతరం వెల్లోడి ప్రభుత్వం వచ్చింది. దానితో సర్వశ్రీ బూరుగుల రామకృష్ణరావు వి.బి.రాజు, వినాయకరావు విద్యాలంకార్, పూల్‌చంద్ గాంధీ గార్లను మంత్రి వర్గంలోకి తీసుకున్నారు. ఆ కాలంలోనే సర్వోదయ నాయకుడయిన ఆచార్య వినోబాభావే హైదరాబాదు రాష్ట్రానికి వచ్చారు. మహమ్మదీయులు శ్రీ అక్బరలీఖానుగారి నాయకత్వాన ఆచార్య వినోబాభావేను కలిసి ఉస్మానాబాదు ఉదంతాలన్నీ చెప్పి విచారణ జరిపించవలసినదని కోరారు ఆచార్య వినోబాభావే ముఖ్యమంత్రి అయిన వెల్లోడితో సంప్రతించి విచారణ జరిపించమన్నారు.

నిష్పక్షపాతంగా విచారణ జరిపించగల సమర్థులెవరని ప్రశ్న బయలు దేరింది. రావుగారు తగిన అనుభవజ్ఞులని నిర్ణయింపబడ్డది. అది ఒక సభ్యుడితో ఏర్పడిన కమిటి.

రావుగారు ఆ జిల్లాలు పర్యటించి ఇచ్చిన రిపోర్టు చూసుకుని ప్రత్యక్షంగా చూడదలచి వెల్లోడి దంపతులు కుమారి పద్మజానాయుడుగార్లు మూడు సెంటర్లలో హాజరయిన అనాథల, వితంతువుల సంఖ్య చూసి ఆశ్చర్యపడ్డారు. రావుగారి రిపోర్టులో

ఉన్న సంఖ్యకు రెట్టింపు ఉన్నది.

దీని తరువాత సెంట్రల్ రిహబిలిటేషన్ మంత్రి శ్రీ అజిత్ ప్రసాదుజైను కూడా ఆ ప్రాంతాలలో పర్యటించారు. నిరాశ్రయులైన అనాథలకు పునరావాసము కల్పించటానికి ఇరవై లక్షల రూపాయలతో ఒక ప్రణాళికను సిద్ధంచేసి అవిరళ కృషితో దీనిని అమలుజరిపారు రావుగారు.

రావుగారు ఒకే ఒకసారి జైలుకు వెళ్లారు. కాంగ్రెసు సత్యాగ్రహిగా కాదు – ఏ నేరము లేకుండా 1947లో రజాకారు జమానాలో రయ్యతు పత్రిక ఆగిపోయిన తరువాత – ఒక సుప్రభాతాన హైదరాబాదు పొలిమేరలు దాటవద్దని ప్రభుత్వము ఆంక్ష విధించింది. చేయని నేరానికి శిక్ష ఎందుకని రావుగారు హైదరాబాదు నగరం దాటి భువనగిరి వెళ్లగానే పోలీసు అరెస్టు చేసింది. 1948 జనవరిలో లాయఖలీ ప్రభుత్వము వచ్చింది. రాత్రి పది గంటల వేళ హోం సెక్రెటరీని పంపి రావుగారిని తన భవనానికి పిలిపించుకున్నాడు. లాయఖలీ శ్రీ జి.రామాచారితో కూడా తన మంత్రివర్గంలో చేరమని బలవంతం చేశాడు. రావుగారిది కక్కుర్తిపడే స్వభావం కాదు. ఐహికోన్నతి వారి ఆరాధ్య దైవం కాదు. రావుగారు లాయఖలీ ప్రతిపాదనకు అంగీకరించలేదు. వారే కనుక అప్పుడు ఆత్మవంచన చేసుకుని మంత్రివర్గంలో చేరిటన్లయితే హైదరాబాదు రాష్ట్రప్రభుత్వము లాయఖలీ చేతిలో అభ్యుదయపథాన సాగిపోతున్నదన్న అపోహ అందరికీ కలిగేదే.

వెల్లోడీ ప్రభుత్వ కాలంలో వరంగల్లు, ఖమ్మం జిల్లాలలో కమ్యూనిస్టులు భూస్వాముల వద్దనుండి భూములను స్వాధీనం చేసుకుంటున్నారు. చాలా మంది భూస్వాములు గ్రామాలను వదలిపెట్టి వెళ్లారు. వెలోడి ప్రభుత్వంలో కౌలుదార్లకు కొన్ని హక్కులు లభించాయి. రావుగారు టెనెన్స్ కమిటీ సభ్యులు, రెవెన్యూబోర్డు సీనియర్ మెంబరుగా సుబ్బారావుగారు ఛైర్మన్. భూస్వాముల ఎదుట – కౌలుదారుల సమక్షములో ఆ సమస్య పరిష్కారం కావాలని రావుగారి పట్టుదల. ఒక జీపు – ఒక గుమాస్తాను తీసుకుని కమ్యూనిస్టు ప్రాంతాలలో ధైర్యంగా మధిర, ఎల్లందు, ఖమ్మం తాలూకాలలో మూడు నెలలు తిరిగి, వరంగల్లు జిల్లా పర్యటించి (నామినల్ ప్రైసుకు) భూస్వామల వద్దనుండి కౌలుదార్లకు భూమిని చౌకధరకు ఇప్పించి శాంతిని నెలకొల్పారు.

రావుగారు 1952 ఎన్నికలలో కలవకుర్తి నుంచి శాసన సభకు ఎన్నుకో బడ్డారు. బూరుగుల రామకృష్ణరావుగారు రెవిన్యూ మంత్రిగా ఉంగా ల్యాండ్ ఛైర్మన్‌గా 56 వరకు నియమింపబడ్డారు. ఆంధ్రప్రదేశ్ అవతరించిన తరువాత సంజీవరెడ్డి మంత్రి వర్గంలో మంత్రి పదవిని స్వీకరించారు. 1957 ఎన్నికలలో కొల్లాపూర్ (మెహబూబ్‌నగరు జిల్లా)

నుండి ఎన్నికయినారు. మొదటి ఎన్నికలలో బలవంతుడైన జస్టిస్ లక్ష్మారెడ్డితో పోటీ వచ్చింది. రెండవ సారి గోపాలరావు కమ్యూనిస్టుతో పోటీలో గెలిచారు. 62 వరకూ సంజీవయ్య మంత్రి వర్గంలో కూడా పదవిలో ఉన్నారు. ఆ తరువాత కౌన్సిలుకు నామినేటు చేయబడి 68 వరకూ సభ్యులుగా ఉన్నారు.

1952లో ప్లానింగ్ కమీషన్ మొదటి రిపోర్టు కొరకు డెవలప్‌మెంటు ప్లాను అమలు పరచటానికి కేంద్ర ప్రభుత్వము భారత సేవక సమాజాన్ని నెల కొల్పింది. 1953తో రావుగారు దానికి కన్వీనరుగా గవర్నరు భీమసేన్ సచార్‌చే నామినేటు చేయబడినారు. మంత్రి వర్గంలో చేరేవరకూ ఈ గౌరవ పదవిలో ఉన్నారు.

రావుగారు రాజకీయాలలో కాకలు తీరిన యోధులు. తెలంగాణాకూ, ఆంధ్రకూ సంధికుదిర్చిన షట్సూత్ర పథకం వారికి నచ్చలేదు. జిల్లాకొక ముల్కీ తాలూకాకొక ముల్కీ పద్ధతి వారికామోదంగాలేదు. అన్నిటికీ మూలమయిన ఈ భాషా ప్రయుక్త రాష్ట్రాల విభజనే వారికి నచ్చలేదు. ఫజ్‌లాలీ కమిషన్ వచ్చినప్పుడు ఫజ్‌లాలీతోనే దానిలోని కష్టనష్టాలన్నీ వివరించి చెప్పిన దూరాలోచన గల రాజకీయవేత్త.

భారత దేశానికి నడి బొడ్డున ఉండి, ఉత్తర దక్షిణ దేశాల నాగరికతనూ సంస్కృతినీ సంప్రదాయాలనూ పుణికి పుచ్చుకున్న నగరము హైదరాబాదు. కన్నుల పండువుగా ప్రకృతి సౌందర్యంతో తొణికసలాడుతూ అన్ని ఋతువులలోనూ ఆహ్లాదకరంగా ఉండే సమశీతోష్ణ వాతావరణంతో ఆరోగ్యవంతమని ప్రసిద్ధిచెందిన మహానగరం హైదరాబాదు. ఈ విభిన్న సంస్కృతుల కూడలి ఆంధ్రులందరిదీ కాని – ఏ ఒక్కరిదీకాదు. దేశానికంతకూ అన్నపూర్ణ నందించే కృష్ణా గోదావరి నదీజలాలు అందరికీ చెందినవి. మాదంటే మాదని తగవులాడు కొని రచ్చకెక్కటం చిన్న పిల్లల చేష్ట అనిపించుకుంటాయి కలసి ఉంటేనే కలదు సుఖమంటారు రావుగారు.

రాష్ట్ర విభజన జరిగిన జరుగకపోయినా ప్రతిచోటా వెనుకబడిన ప్రాంతం – అల్పసంఖ్యాకులూ ఉండనే ఉంటారు. ఆ ప్రాంతాభివృద్ధినీ, అల్పసంఖ్యాకుల అభివృద్ధినీ అందరూ కాంక్షించాలి అందుకు తగిన కృషి చేయాలంటారు రావుగారు.

“ఇంతకాలమూ తగిన నీటి వనరులు లేక నానా ఇబ్బందులు పడుతూ వెనుకబడిన ప్రాంతంగా నిలిచిన ఈ తెలంగాణాకు నాగార్జునసాగరువల్ల కలిగిన ప్రత్యేకసౌకర్యమేది? ఈ కొరత భాషాప్రయుక్త రాష్ట్రమేమయినా తీర్చిందా? ఇటీవల త్రవ్విన కాలువలు కూడా ఆంధ్రప్రాంతానికి మళ్లించారు కదా!” ఇవీ రావుగారి ఆలోచనలు.

రావుగారు పదవిలో ఉన్నప్పుడు మహోత్సాహముతో ఎగిరెగిరి పడనూ లేదు.

పదవి లేనప్పుడు దగ్గుత్తికతో దీనాలాపాలు చేయనూ లేదు. స్తోత్రాలకు పొంగి, కోటుమార్చుకునే వారంటే గిట్టదు వారికి. తన కిష్టము లేని పని – తన అభిప్రాయాలకు విరుద్ధంగా కొండమీది జేజమ్మ వచ్చినా చేయరు. నిష్కర్షకు మారు పేరు రావుగారు. రావుగారు తన గీత దాటక – తాను కర్తవ్యమనుకున్న దానిని తన మనసుకు నచ్చిన విధంగా తలవంచుకుని నిర్వర్తించే నిష్కాపరులు. ప్రపంచ రాజకీయ విజ్ఞానులలో వారొకరు.

"పామరులు విజ్ఞానులు కాకపోవచ్చు – వారికి నా చేతనైనంత సేవ చేసి – ప్రజాభిమానం పొందాలని నా విశ్వాసము. నాకిప్పుడేఅధికారవాంఛా లేదు. నాకు లభించిన పదవులకు న్యాయం చేకూర్చాననే నా విశ్వాసం" అంటారు రావుగారు.

రావుగారు ఆంధ్రప్రదేశ్ మంత్రిగా ఉన్నప్పుడు బందరు రేవు అభివృద్ధికి, భద్రాచలం గోదావరి వంతెనకట్టి ఉభయప్రాంతాలకూ ఉభయ సంస్కృతులనూ కలపటానికి చేసిన కృషీ ఆంధ్రప్రజల హృదయాలలో శాశ్వతంగా ఉంటాయి.

పత్రికాధిపతిగా రావుగారు ప్రజలకష్టనిష్ఠూరాల నర్థం చేసుకున్నారు. నిరు పేదలకు సన్నిహితులైనారు. నిర్భాగ్యులకు నిజమైన చుట్టమైనారు. అభాగ్యులనక్కున చేర్చుకున్నారు. కృషికుల తలలో నాలుకయినారు.

క్రమమై పుంఖానుపుంఖమైన శిక్షణలో ఆరితేరిన మహాపురుషులలో రావుగారొకరు. పెద్ద ఎత్తులు – పెద్ద ఆశలు వీరి ప్రకృతికి విరుద్ధము. ఉరుకులన్నా పరుగులన్నా ఉలికి పడతారు. నిదానం – అంతా నిదానంతోనే పరిష్కార మవుతుందన్న నమ్మకమే రావుగారి నింతటి మహాపురుషుడిగా తీర్చిదిద్దింది. ఆంధ్రుల సహజగుణమైన తొందరపాటు తత్తరపాటు వీరిలో మచ్చుకయినా కనబడవు.

రావుగారు లేని ఆలోచనాసభ కర్ణధారి లేని నావవలె ఉంటుందనుకొనటంలో అతిశయోక్తి లేదు.

పరిస్థితులు మారినకొద్దీ ప్రణాళికలు మారుతూ ఉంటాయి. పద్ధతులు వేరవుతాయి. కాలము చరచర ముందంజ వేస్తున్నది. ఈ పరిణామ దశను నిత్యమూ మరువని రాజకీయవేత్త రావుగారు. ఇచ్చింది పుచ్చుకుని రాని దానిని రాబట్టుకోవాలన్నది రాజకీయ చతురత. రావుగారి ప్రసన్నతా సౌమ్యాలు అందరినీ ఆకర్షిస్తాయి.

రావుగారిప్పుడు "డెభై సంవత్సరాలు" అనే గ్రంథం వ్రాస్తున్నారు. దానిలో ఈ 70 సంవత్సరాలలో తెలంగాణాలో రాజకీయ సాంఘిక విద్యా వైజ్ఞానిక సాంస్కృతికంగా కలిగిన మార్పులు తమ జ్ఞాపకాలు వివరించారు. ఆ గ్రంథానికి ఆంగ్లానువాదము కూడా జరిగింది. తమ సమకాలికుల ఫొటోలన్నీ సేకరించి ఒక సంపుటిగా తయారు చేస్తారు.

వారి నందరినీ ఈ సంపుటిలోనూ వారి కృషినంతనూ పై సంపుటిలోనూ మనము చూడవచ్చు.

దుర్ముఖ నామ సంవత్సర ఫాల్గుణ శుద్ధ చతుర్ధశి అనగా మార్చి 1897 రావుగారి జన్మదినము. ఇప్పుడు 78వ సంవత్సరము నడుస్తున్నది. రావుగారు తన పత్రికతోనే ప్రజాబాహుళ్యాన్ని చైతన్యవంతము చేశారు. ఆ పత్రికతోనే తెలంగాణాలోని చీకట్లను పారద్రోలారు. ఈ తేజస్సు చాలా శక్తివంతమై కలకాలము నిలిచేది.

సంగెం లక్ష్మీబాయి గారు

జీవితము అందరికీ వడ్డించిన విస్తరి కాదు. కొందరికి విస్తరి వేసుకున్నా వడ్డించేవారుండరు. పేరెన్నికగల వ్యక్తులలో చాలామంది ఆకులేరి తెచ్చుకుని విస్తరి కుట్టుకుని పదార్థాలను సేకరించి పచనం చేసుకుని వడ్డించుకున్న వారే జీవితంలో

స్వయంశక్తితో పైకి వచ్చిన వారెందరో ఉన్నారు. దీనికి స్త్రీ పురుష వివక్షత లేదు.

ఆడది అంటే అబల అన్న అర్థం ఉన్నదేమో ఎక్కడయినా! కాని – "మహిళ అంటే మహాశక్తి శాలిని" అని అర్థం చెప్పిన వారు ఆచార్య వినోబాబావే.

స్త్రీ విద్య – స్త్రీ జనాభ్యుదయమూ ఈనాటివలె విజృంభణంగా లేని కాలమది 1926 కు ముందుబాట నిజాం రాష్ట్రంలో తెలుగు వారికి – అందులోనూ సామాన్య సంసారాలతో స్త్రీకి విద్యావకాశాలు చాలా తక్కువగా ఉన్న రోజులవి. బండ్లమీద పాఠశాలలకు వెళ్లేవారు తప్ప – కాలి నడకన పాఠశాలలకు వెళ్లే ఆడ పిల్లలు కంటికి కనబడని రోజులవి. బాల్యములోనే సాంసారికమయిన బంధనాలకు దూరమయిన సంగెం లక్ష్మీబాయి గారికి ఆనాడు హైదరాబాదులో విద్యావకాశాలు లేవు మాడపాటి హనుమంతరావు గారివంటి పెద్దలు ఆమెను ఎక్కడికయినా పంపించి విద్యావతిని చేయాలని ఆమె మేనమామ అయిన సంగెం సీతారామయ్య గారిని ప్రోత్సహించారు. గుంటూరులో ఉన్నవ లక్ష్మీనారాయణ దంపతులు నడుపుతున్న 'శారదా నికేతనం' అన్ని విధాలూ ఉత్తమంగా కనబడ్డది. అక్కడ బాలికలకు ఉచిత విద్యతోపాటు ఉచితంగా చేతిపనులు కూడా నేర్పుతారు. మాడపాటి హనుమంతరావు గారు తమ స్వహస్తాలతో ఆమె దరఖాస్తును గుంటూరులోని 'శారదా నికేతన్'కు పంపించారు.

పంపించిన వారిపేరూ చేర్చుకున్న వారిపేరూ లక్ష్మీబాయిగారు నిలబెట్టారు. అంతకు పూర్వము ఇంట్లో అభ్యసించిన విద్యనాసరా చేసుకుని 'శారదా నికేతన్' లో దీక్షగా చదివి 1927లో విద్వాన్ పరీక్ష వ్రాసి విజయం పొందారు.

అవి ఉప్పు సత్యాగ్రహం ముమ్మరంగా సాగుతున్న రోజులు. ఉద్యోగులకు ఆఫీసులలోనూ - విద్యార్థులకు విద్యాలయాలలోను కాళ్లు నిలవని రోజులు. స్వాతంత్ర్య పోరాటంలో మహాత్ముడు శంఖాన్ని పూరించినప్పుడు మహావీరులెందరో ముందుకు వచ్చారు. ఉద్యోగులూ విద్యార్థులూ పరుగులు తీశారు. నిజాం రాష్ట్రంలో ఉన్నప్పటికీ తమతో సహకరించవలసినదని మహాత్మగాంధీ శంఖారావానికి ఉప్పొంగిన హృదయాలతో చాలా మంది ఉద్యమంలోకి దూకారు.

విదేశీవస్తు బహిష్కరణ, ఖాదీ వస్త్రధారణ, సూత్రయజ్ఞం, సహాయనిరాకరణోద్యమం మొదలయిన జాతీయోద్యమాలకు దేశభక్తులందరూ ఉరకలు వేసే హృదయాలతో విజయవంతం చేసిన పట్టణాలలో గుంటూరుది అగ్రస్థానం. ఉన్నవ లక్ష్మీనారాయణ దంపతులు, దేశభక్త కొండా వెంకటప్పయ్య గారి వంటి అగ్రనాయకులు గుంటూరులో ఉప్పుసత్యాగ్రహపుటలజడి బయలుదేరింది. 'శారదా నికేతన్'లో విద్యార్థినిగా ఉన్న లక్ష్మీబాయిగారి గుండె ఆ అలజడికి ఉరకలు వేసింది. ఆమె హైదరాబాదులో ఉన్నప్పుడు మాడపాటివారు తన సహచరులతో ఆంధ్రుల పునర్వికాసానికి చేస్తున్న కృషిని కళ్లారా చూశారు. ఏ ఉద్యమం లోనయినా చేరి పని చేయాలన్న ఉత్సాహమామెను నిలవనియ్యలేదు. 1930లో గుమ్మడిదల దుర్గాబాయి గారితో వెళ్లి ఉద్యమంలో పాల్గొన్నారు. చెరసాల శిక్ష అనుభవించారు. ఆమె జైలులో ఉండగా హిందీలో రాష్ట్రభాష పరీక్ష ఇచ్చి విజయం పొందారు.

గాంధీ ఇర్విన్ ఒడంబడికతో చెరసాల శిక్ష ననుభవిస్తున్న రాజకీయ ఖైదీలనందరినీ విడుదల చేశారు. వారిలో లక్ష్మీబాయి గారొకరు. రాయవెల్లూరులో స్త్రీలకొరకు ప్రత్యేకంగా ప్రప్రథమంగా ప్రభుత్వం చెరసాల నిర్మాణం చేసింది. అక్కడి రాజకీయ ఖైదీలకందరికీ ఆచంట రుక్మిణమ్మగారు నాయకురాలు, దుర్గాబాయిగారు ఉపనాయకురాలు, లక్ష్మీబాయిగారు స్వచ్ఛందసేవిక. "అది ఒక చెరసాలగా - మేము ఖైదీలుగా మాకనించలేదు. అది ఒక పాఠశాలగా భావించాము ఎన్నో విషయాలను నేర్చుకున్నాము." అంటారు లక్ష్మీబాయిగారు.

లక్ష్మీబాయి గారి విద్యార్జన అంతటితో ముగియలేదు. ఎనిమిది సంవత్సరాలు కృషిచేసి హిందీ భాషలో "సాహితీ" "విదుషి" డిగ్రీలు తెచ్చుకున్నారు. 1933 నుండి 38 వరకూ మదరాసులో ఉండి చిత్రకళలో డిప్లొమా పొందారు. 1946లో ప్రైవేటుగా చదివి కర్వే యూనివర్సిటి బి.ఏ.డిగ్రీ తెచ్చుకున్నారు.

మదరాసులో 1938లో డ్రాయింగులో డిప్లొమా తీసుకుని హైదరాబాదు రాగానే

అప్పటి విద్యా మంత్రి మెహ్దీనవాజ్ జంగుగారు గుల్బర్గా బాలికా పాఠశాలలో డ్రాయింగు టీచరు ఉద్యోగమిచ్చారు. 1938 నుండి 46 వరకూ నారాయణగూడాలోని బాలికోన్నత పాఠశాలకు అనుబంధంగా ఉన్న బాలికల వసతి గృహానికి వార్డెనుగా పనిచేశారు. 1946లో నగరంలోని నార్మల్ స్కూలుకు బదిలీ అయింది.

చెరసాలకు వెళ్లిన వారికందరికీ భారత ప్రభుత్వము బహూకరించిన తామ్రపత్రాన్ని లక్ష్మీబాయిగారు కూడా అందుకున్నారు బాలికోన్నత పాఠశాలలో వార్డెనుగా (గౌరవ) ఉన్నందుకు పాఠశాల అధికారుల నుండి అవార్డు లభించింది.

లక్ష్మీబాయిగారి జీవితము 1954లో మరొక మలుపు తిరిగింది, 1954 నుండి 56 వరకు అవిభక్త హైదరాబాదు రాష్ట్రంలో బూరుగుల రామకృష్ణరావు గారి మంత్రి వర్గంలో విద్యాశాఖకు ఉపమంత్రిగా ఉన్నారు. ఆమె శాసన సభ్యురాలిగా శాసనసభలో కాంగ్రెసు పక్షంపైన ఈగనైనా వాలనిచ్చేవారు కాదు. కమ్యూనిస్టు సభ్యులపైన కన్నెర్రచేస్తూ ఉండేవారు.

లక్ష్మీబాయిగారు శాసనసభా సభ్యురాలిగా ఉండగా 1952లో మలక్‌పేటలో ఉన్న తమ స్వగృహంలో నలుగురు ఆడపిల్లలతో ఒక స్త్రీ సదనాన్ని ప్రారంభించారు. అది 1955లో రిజిస్టరయింది. ఈ సేవాసదనం యొక్క ఆశయము అనాథ స్త్రీ శిశువులకు ఉచితంగా భోజనంపెట్టి, రక్షణయిచ్చి, తమ కాళ్లమీద తాము నిలబడగల శక్తినిచ్చి, ఉత్తమ పౌరులుగా తీర్చిదిద్దాలని - బేసిక్ ఎడ్యుకేషన్లు, చేతిపనులు, సాంఘిక విద్యకూ ప్రాముఖ్యత నివ్వాలని.

ఆంధ్రప్రదేశ్‌లో మొట్టమొదటి డెప్యూటీ ముఖ్యమంత్రి అయిన కొండా వెంకటరంగారెడ్డిగారు ఈ సదనానికి ఆదినుండీ అధ్యక్షులు. లక్ష్మీబాయిగారు కార్యదర్శిని. దీనిపేరు ఇందిరా సేవాసదనము. దానిపట్ల అప్పటి భారత ప్రధాని అయిన నెహ్రూ పండితులకు - అప్పటి రాష్ట్ర ముఖ్యమంత్రి అయిన బూరుగుల రామకృష్ణరావు గారికీ పుత్రికా వాత్సల్యం కలిగింది. సదనాన్ని దర్శించి తగు సహాయం చేశారు.

1956లో ఒక చిన్న బాలికల ప్రాథమిక పాఠశాలగా ఉన్నది. ఇప్పుడు బాలబాలికల ఉన్నత పాఠశాలగా రూపొందించబడ్డది. మాసెట్టి హనుమంత్‌గుప్త గారు పదివేల రూపాయల విరాళమిచ్చారు. కనుక ఆ పాఠశాల వారి పేరున నడుపబడుతున్నది. దానిలో 450 మంది పిల్లలు విద్యాభ్యాసం చేస్తున్నారు. దానికి ప్రభుత్వము గ్రాంటు ఇస్తున్నది. ఈ పాఠశాల ఉన్నత పాఠశాలగా మారినప్పటి నుండీ మెట్రిక్ పరీక్షలో మంచి ఫలితాలు కనబడ్డాయి.

లక్ష్మీబాయిగారు నడిపే శిశు విహార్‌కు ఆమె బంధువైన వాసుదేవరావు గారు పన్నెండువేల రూపాయల విరాళం ఇవ్వటంచేత ఆది వారి పేరున నడపబడింది. దానిలో 150 మంది పిల్లలు ఉచితంగా విద్యనేరుస్తున్నారు. దానిలో ముగ్గురు శిక్షణ పొందిన ఉపాధ్యాయులున్నారు. పిల్లలను ఇళ్లనుండి తీసుకురావటానికి ఒకరిక్షా ఉన్నది.

సేవాసదనం ప్రత్యేకంగా స్త్రీలకూ, శిశువులకూ మాత్రమే నడుపబడుతున్నది. దీనిలో 58 మంది స్త్రీలు అనాథలే. సుశిక్షతమైన ఆరోగ్యవంతమైన విద్యావైజ్ఞానిక వాతావరణంలో వారు ఉన్నారు. ఈ సంస్థలకు హైదరాబాదు జిల్లా పరిషత్తు నుండీ - సంఘ సంక్షేమ నిధులనుండీ గ్రాంటు లభిస్తున్నది. ఇందిరా సేవాసదనం యొక్క ఆశయాలూ ఆదర్శాలూ కేవలం అనాథ స్త్రీ శిశువులకు తిండీ బట్టా నీడ ఇవ్వడమేకాదు వారికి పునరావాసము కల్పించాలన్న ఉన్నతాశయము. పిల్లలకు ఉచిత విద్యనిచ్చి ఉత్తమ పౌరులుగా తీర్చిదిద్దటం - వారికి చేతి పనులలో శిక్షణనిచ్చి - జీవనాధార మేర్పరచటం ఒకటి. సేవాసదనంలో చేరిన యువతులకు సంక్షిప్త విద్యా పథకాల క్రింద విద్యనేర్పటమూ - చేతి పనులలో శిక్షణనిచ్చి పునరావాసము కల్పించటం రెండవది. సంక్షిప్త విద్యాపథకం రెండు సంవత్సరాల కోర్సు. రెండవ సంవత్సరము మెట్రిక్ పరీక్షకు పంపుతారు. 25 మంది వరకు క్లాసులో చేర్చుకుంటారు. ఈ విధంగా రెండు సంవత్సరాల కోర్సుకు మొత్తం 50 మందిని చేర్చుకుని పరీక్షలకు పంపుతారు. ఈ కోర్సులో విజయము పొందిన స్త్రీలు టీచర్లుగా, ఆగ్జిలర్ నర్సులుగా మంత్ర సానులుగా గ్రామ సేవికలుగా పని చేస్తున్నారు.

ఈ సంక్షిప్త విద్య నేర్వటానికి వచ్చిన స్త్రీలలో పసిబిడ్డ తల్లులుకూడా ఉన్నారు. కొంతమందికి ఎడపిల్లలుకూడా ఉన్నారు. "స్త్రీలకు - అందులోనూ అనాథ స్త్రీలకు చేయూత నివ్వాలంటే వాళ్లకు తగిన సదుపాయాలు చేయటం నా విధి" అనేవారు లక్ష్మీబాయిగారు.

బాలికల ప్రాథమిక వృత్తి శిక్షణా కేంద్రము, సంగీత నృత్య తరగతులు, వసతి గృహము, వ్యవసాయ క్షేత్రమూ, పాల ఉత్పత్తి కేంద్రమూ, కోళ్ళ పెంపకశాల, ఓరియంటల్ కాలేజీ - మొత్తము తొమ్మిది రకాల సంస్థలు నడుపుతున్నారు లక్ష్మీబాయిగారు.

ఇందిరా సేవాసదనం హైదరాబాదు విజయవాడ రోడ్డుకు సమీపంగా సయీదాబాదులో నెలకొల్పబడ్డది. ఈ సేవాసదనానికి వడ్లు, జొన్నలు, గోధుమలు, కూరగాయలు - పాడీ పంటా - సిరీ సంపదా సమృద్ధిగా అమరాయి. ఎక్కడికీ పోనవసరం లేకుండా సదనంలోనే వడ్లమర, పిండిమరకూడా అమర్చారు.

సేవాసదనాన్ని స్వయం సమృద్ధికలదిగా చేయటానికే లక్ష్మీబాయిగారు అహర్నిశలూ కృషి చేశారు. హాస్టల్ కెదురుగా 16 ఎకరాల భూమి వ్యవసాయానికీ పండ్లూ తోటకూ ఉపయోగపడుతున్నది. 1958లో కేంద్ర ప్రభుత్వము 10 ఆవులను ఇచ్చింది. సేవాసదనాభివృద్ధి కొరకు 30 వేల రూపాయలు విరాళ మిచ్చింది.

1972లో లక్ష్మీబాయిగారు ఇందిరా ప్రాచ్య కళాశాలను ప్రారంభించారు. ఎంట్రెన్సు డిప్.ఓ.యల్. తరగతులు నడుపబడుతున్నవి. సేవాసదనానికి ఎదురుగా మధువనం. దానిలో పాఠశాల - సాయంకాలపు వేళల్లో ప్రాచ్య కళాశాల. ప్రాచ్య భాషా జ్ఞానాన్ని యువతీ యువకులకు కలిగించటానికే ఈ కళాశాల మధువనంలో ప్రారంభింపబడ్డది.

ఇందిరా సేవాసదనంలోని వారందరు శ్రామికులేకాని - సోమరులుకారు - వ్యయసాయపు పనులు. తోట పనులు, వంట పనులు - శుభ్రపరచుకోవటం మొదలైనవన్నీ స్వయంగా చేసుకుంటారు. గాంధీజీ నెలకొల్పిన ఆశ్రమాల పద్ధతిలో లక్ష్మీబాయిగారు ఈ సదనాన్ని నడిపారు. ఆమె మహాత్మా గాంధీజీ ఆచార్య వినోబాభావే అడుగుజాడలలో నడిచే విశ్వసనీయమైన శిష్యురాలు. (ఆమె ఈనాటికీ కూడా అప్పుడప్పుడు వినోబాభావేను సందర్శించి, వారి ఆశీర్వచనం పొంది మనసును ఉత్తేజపరచుకుని వస్తూ ఉంటారు.)

1950లో ఆచార్య వినోబాభావే రెండు నెలలపాటు తెలంగాణాలో భూదాన యాత్ర చేశారు. వారు తెలంగాణాలో ముగ్గురు సభ్యులతో ఒక కమిటీ వేశారు. వారిలో లక్ష్మీబాయిగారొకరు. ఆచార్య వినోబాభావేగారి రెండు నెలల పర్యటనలో వారి ఉపన్యాసాలకు అనువాదకురాలిగా లక్ష్మీబాయిగారు పనిచేశారు. 1953లో భూదాన పర్యటన చేసిన ఐదుగురిలో లక్ష్మీబాయిగారొకరు. పర్యటన కాలంలో అనేకరకాల అనుభవం గడించారు. కలరా మసూచి ఉన్న గ్రామాలలో వైద్య సౌకర్యాలు చేయటం వెళ్లినవారి వంతైనది. భూములు పండకపోయినా వాటిని దానం చెయ్యటానికి భూస్వాములకు ప్రాణం ఒప్పదుకదా గ్రామ పెద్దలను ఒకచోటచేర్చి, భూదాన యజ్ఞాన్ని గురించి బోధనచేసి - ఉపన్యాసాలిచ్చి - అందరినీ మంచి చేసుకుని దానిని విజయవంతం చేశారు. యాత్ర మూడు రోజులపాటు సాగింది. పర్యటించినవి 16 గ్రామాలు, 43రు దాతల వద్ద నుండి 214 ఎకరాల భూమిని సేకరించి తిరిగి హైదరాబాదు నగరాన్ని చేరుకున్న సంకల్పసిద్ధురాలు లక్ష్మీబాయిగారు. ఆత్మశుద్ధి ఉన్నది కనుకనే సంకల్పసిద్ధి కలుగుతోందని అంటారు లక్ష్మీబాయిగారిని ఎరిగిన వారు.

"నాకు సంతానం లేదు కాని నా సంసారం చాలా పెద్ద"దంటారు లక్ష్మీబాయిగారు ఆమెకు భరణం క్రింద అత్తవారిచ్చిన భూమి తనకున్న స్థిర చరాస్తులను కూడా

సేవాసదనానికి రిజిస్టరు చేసి ఇచ్చారు.

లక్ష్మీబాయిగారు 14 సంవత్సరాలు పార్లమెంటు సభ్యురాలిగా ఉన్నారు. 1970 డిసెంబరులో పార్లమెంటు రద్దయే వరకూ ఆమె సభ్యురాలు. 1950 నుండి 54 వరకు శాసనసభాసభ్యురాలు 1954 నుండి 56 వరకు విద్యాశాఖకు ఉపమంత్రి.

లక్ష్మీబాయి గారు 1910లో జన్మించారు ఖద్దరు వస్త్రధారిణి. సామాన్య జీవనసరళీ ఉన్నతభావాలూ కల మహిళ. ఆమె ఏకాకి - కాని ఒంటరి తనంలేదు.

"అనాథలకు సేవచేయాలని నాకు చిన్నప్పటి నుండీ కోరిక. అది ఈ విధంగా నెరవేరిం"దంటారు లక్ష్మీబాయిగారు.

మానవ జీవితములో శతకోటి నక్షత్ర జ్యోతులతో నివాళి ఇచ్చేది త్యాగము. ఈ దీక్షాజీవీ త్యాగమూర్తి అనాథల పాలిటి అమృత భాండము.

సుమిత్రాదేవి గారు

"మా తల్లి సల్లగుంటే మాకు బుక్కెడు బువ్వ దొరుకుద్ది"

"మాయమ్మ సల్లగుంటే తలదాచుకుంటానికో గుడిసేయిస్తది"

"ఆ తల్లి సల్లగుంటే దున్నుకుంటానికి చేరెడు బూమిప్పిస్తది"

చల్లటివేళ ఇలా దళిత వర్గాలు ఆమె దొడ్డ మనసునూ ఆమె శక్తి సామర్థ్యాలనూ తలుచుకుని ఆశలను వెలిబుచ్చుకుంటూ ఉంటారు.

తెలంగాణాలో ఆమెకు హరిజన నాయకురాలని పేరు. పెద్దలు పెట్టిన పేరు సుమిత్రాదేవి. అగ్రమహిళ అయిన సరోజిని నాయుడు దగ్గర్నుంచి గడ్డి మోపు లమ్ముకునే పొన్నమ్మ వరకూ సుమిత్రాదేవి గారి పరిచయ వర్గములోని వారే. అందరికి తెలిసిన సుమిత్రాదేవి గారు అందరి తలలోని నాలుక - స్త్రీ పురుష భేదము లేకుండా అందరికీ అక్కా - చెల్లెలూ.

సుమిత్రాదేవిగారు. 1918లో అక్టోబరు తొమ్మిదవ తేదీన హరిజనవాడలో జన్మించిన మౌక్తికము. దేవీ ప్రసాదు గారు క్షత్రియులు. ఆయన ఎరుపు ఆమె నలుపు. కాని ఆమె చాకువంటి పిల్ల కచ్చితమైన మాట, తెలివి తేటలను ప్రజ్వలింపచేసే కళ్ళు, ఎంతో దేశసేవ - ఇంకెంతో సంఘసేవ చేయాలని ఉరకలు వేసే హృదయం దేవీ ప్రసాద్‌గారినాకర్షించాయి. మనసులు కలిశాయి. రంగులూ వర్ణాలూ అడ్డంరాలేదు. ఆర్య సమాజ పద్ధతి ననుసరించి వివాహం పెద్దలే చేశారు. ఆమె హిందీభాషాధ్యయనం చేసిన విదుషి.

సుమిత్రాదేవి గారికి వివాహమైనప్పటి నుండీ దేవిప్రసాద్ గారు అన్నిటిలో గురువు. సంఘసేవ - దేశసేవ అంటూ ఆమెను రాజకీయాలలోకి దించారు. ఫలించిన ప్రయత్నాలను కళ్లారా చూసుకుని ఆమె మరింత ముందుకు పోవాలని వారి అంతరంగంలో ఆశలు కెరటాలు వేస్తూ ఉండేవి. ఆమెను వార్ధా ఆశ్రమానికి పంపి మూడు సంవత్సరాల పాటు అక్కడ ఉంచి గ్రామసేవిక శిక్షణ నిప్పించారు.

సుమిత్రాదేవిగారు 1957లో శాసన సభ్యురాలిగా ఎన్నికయ్యారుగాని ఆమె సాంఘిక జీవితము 1938 నుండీ ప్రారంభమయింది. తనకున్న దానిలోనే డబ్బు ఖర్చుచేసి చిక్కడపల్లిలో ఆర్య యువజన పాఠశాలను నడపటం ప్రారంభించారు. హైదరాబాదు నగరంలో ఖాదీ ప్రచార సంఘాలూ చరఖా కేంద్రాలూ నెలకొల్పారు.

పని చెయ్యటంలోనూ చేయించుకోవటంలోనూ సుమిత్రాదేవి గారికి సాటి ఎవరూలేరు. 1942లోనే ఆమె రాష్ట్ర కాంగ్రెసు సభ్యురాలయినారు. అప్పుడే నారాయణగూడాలో జగజ్జీవన్ పాఠశాలను నడపటం ప్రారంభించారు. ఆమె 1947లో రాష్ట్ర కాంగ్రెసు సభ్యురాలు. ప్రభుత్వానికెదురు నిలిచి చేసిన సత్యాగ్రహోద్యమములో సుల్తాను బజారు దళములో పనిచేస్తూ అరెస్టు అయినారు.

సుమిత్రాదేవిని గౌరవ సభ్యురాలిగా ఎన్నుకొనని అధికార అనధికార సంఘముగాని సంస్థలు గాని లేవంటే అందరికీ ఆశ్చర్యంగా ఉంటుంది.

1943లో నిజాం ప్రభువు కోడలు దుర్రెషవరు బేగముగారి ఆధ్వర్యములో నడుపబడిన ఆహార ధాన్యాల చౌక దుకాణాలలో సభ్యురాలిగా ఆమె పనిచేశారు. నగరములో మధ్య తరగతి స్త్రీల సాంఘిక ఆర్థిక విద్యావైజ్ఞానికాభివృద్ధికై కృషి చేస్తున్న ఆంధ్ర యువతీ మండలిలో కార్యనిర్వాహక సభ్యురాలిగా కొంతకాలం పనిచేశారు. 1946లో నిజాంరాష్ట్రం నిమ్నజాతి మహాసభాధ్యక్షురాలిగా ఎన్నికైనారు. హైదరాబాదు దళిత సంఘములో ఎనలేని కృషిచేశారు. పోలీసుచర్యానంతరం రెస్క్యూవర్కు ఆర్గనైజేషన్‌లో సభ్యురాలిగా స్త్రీలకెంతో సేవచేశారు.

సుమిత్రాదేవిగారు 1951లో హైదరాబాదు నగర పురపాలక సంఘానికి కాంగ్రెసు ప్రతినిధిగా ఎన్నికవటమే కాదు – 1954లో ఉపాధ్యక్షులయినారు. గృహ పరిశ్రమల సలహాసంఘ సభ్యురాలు. జిల్లా డెవలప్‌మెంటు బోర్డు సభ్యురాలు. వెనుకబడిన తరగతుల సంస్థకూ ఇండియన్ కాన్ఫరెన్స్ ఆఫ్ సోషల్ సర్వీసుకూ – ఇంకా ఎన్నిటికో సభ్యురాలు, అధ్యక్షురాలూను.

సుమిత్రాదేవి గారు శాసన సభ్యురాలయిన తరువాత అధికార హోదాలో ఆమె చేసిన కృషి అపారమయినది. రాజేంద్రనగర్, హయత్‌నగర్, మెడిచల్ సమితులలో చక్కని కృషి జరిగింది. రాజేంద్రనగర్‌లో 500 ఇండ్లు హరిజనులకు కట్టించి వారిని ఆ యిండ్లలో ప్రవేశ పెట్టటములో ఈమె చాలా శ్రమించారు. హైదరాబాదు జిల్లా బ్లాకులలో హరిజనులకు మంచినీటి కరవు చెప్పనలవికానిది. ఈమె దాదాపు 60 వరకూ మంచి నీటి బావులూ

చెరువులూ తవ్వించి ఆ కరువు బాపారు. అనేక గ్రామాలలో విద్యుచ్ఛక్తి సదుపాయాలను కలుగ చేశారు. ఉప్పల గ్రామములో చర్మ శిక్షణా కేంద్రాన్ని నెలకొల్పారు.

సంఘంలో మనకు సూక్తులు చెప్పేవారే గాని ఆచరణలో పెట్టి చూపించే వారు తక్కువన్న విషయము అందరికీ అనుభవైకవేద్యమే. కాని సుమిత్రాదేవిగా రందుకు పూర్తిగ వ్యతిరేకము. ఆమె చెప్పటమే తక్కువ – చేసి చూపటమే ఎక్కువ. సహకార వ్యవసాయమని ఎందరో ఎన్నో ప్రకటనలు చేశారు, కాని ఆమె పన్నెండు గ్రామాలలో 2000 ఎకరాలకు పైగా సహకార వ్యవసాయాన్ని ప్రవేశపెట్టారు. ఉప్పల అన్నోజిగూడా గ్రామాలలోని హరిజనులకు భూమే కాకుండా ఎద్దులను కూడా పంచి పెట్టగలిగిన సమర్థురాలు. దీని తరువాతనే గౌరవ మేజిస్ట్రేట్‌గా ప్రభుత్వంచే నియమింపబడ్డారు.

సుమిత్రాదేవిగారి శక్తి సామర్థ్యాలను గమనించి రాష్ట్ర గవర్నరయిన భీమసేన సాచర్ వీరిని ఉస్మానియా విశ్వవిద్యాలయ సెనేట్ మెంబరుగా నామినేట్ చేశారు. దళిత వర్గాలకు సహాయము చేయటమే ఈమె ధ్యేయంగా సేవ చేశారు అక్కడ కూడా.

సుమిత్రాదేవి గారికి అసెంబ్లీలో కూడా ఒక విశిష్టమయిన స్థానమూ గౌరవమూ ఉంది. చాలా మందివలె ఏ విషయాన్ని గాని "పోనిలే" అని ఊరుకునే సభ్యురాలు కాదు. మంత్రులను ప్రశ్నించి నిలబెట్టి జవాబు రాబట్టుకునే కచ్చితమైన సభ్యురాలు తెలంగాణా ఆంధ్ర ఉభయ ప్రాంతాల భూములకు సంబంధించిన చట్టాలను సమన్వయ పరచటానికి ఎమెండ్‌మెంటు బిల్లు ఆంధ్రప్రదేశ్ అవతరణ జరిగిన తరువాత ప్రవేశపెట్టారు. అప్పటి రెవెన్యూ మంత్రి కళా వెంకట్రావుగారు. సభ్యులు ఒకరి తరువాత ఒకరు ప్రసంగిస్తున్నారు. ప్రసంగాలు అయిపోవచ్చాయను కున్నారు మంత్రిగారు. రకరకాల భూముల లోతుపాతులు తెలిసిన సుమిత్రాదేవిగారు లేచారు. "బంజరు భూమి, పొరంబోకు, పేరేకుంట, పేరేనాలా, రాగాల్ ఖాన్ – ఈ విధంగా తెలంగాణాలో ఇన్ని రకాల భూములు ఉన్నాయి. మంత్రిగారు తనకు తెలిసిన రెండు మూడు రకాల పేర్లు చెప్పి ఎట్లా ఎమెండ్ మెంటు బిల్లు తెస్తారు?" ఖంగున మ్రోగింది కంచు కంఠం.

"Women are decorative than operative" అని పార్లమెంటు ఎసెంబ్లీ లాబీలలో సభ్యులు సాధారణంగా అనుకునే మాట. అలాగే ఏదో ఆడ కూతురు మాట్లాడుతోందికదా అని ప్రక్కన కూర్చున్న మంత్రిగారితో సన్నగా సంభాషణ కుపక్రమించిన వెంకట్రావుగారు ఉలిక్కిపడ్డారు ఆ కంఠధ్వనికి. వ్యవసాయం సంగతీ భూముల సంగతీ ఆమెకేం తెలుసుననుకున్న వెంకట్రావు గారు ఆమె ప్రసంగాన్ని పూర్తిగా విని – ఆమెతో సంప్రతించి ఎమెండ్‌మెంటు బిల్లును ప్యాసు చేయించుకున్నారు. ఆ

తరువాత ఆమెతో సంప్రతించనిదీ ఆయన ఏ పనీ చెయ్యలేదు. ఎంతో గౌరవముతో "సుమిత్రక్కా!, అంటూ శాసనసభలోకి రాగానే పలకరించేవారు.

ఈలాంటి సంఘటనే ఒకటి హైదరాబాదు రాష్ట్ర శాసనసభలో జరిగింది. అప్పటికి పురుషుడు భార్య ఉండగా ద్వితీయ వివాహం చేసుకోవటానికి వీలులేని చట్టం వచ్చింది. ద్వితీయ వివాహం చేసుకున్నవారు ప్రభుత్వోద్యోగులయితే ఉద్యోగం పోతుంది. ఇతరులు శిక్షార్హులు. బూరుగుల రామకృష్ణరావుగారు ముఖ్యమంత్రిగా ఉండగా ఇద్దరు ప్రముఖులయిన డాక్టర్లు ప్రభుత్యోద్యోగాలు చేస్తూ భార్యలు ఉండగా ద్వితీయ వివాహం చేసుకున్నారు. ఆ విషయం తెలిసిన తరువాత సుమిత్రాదేవిగారి మనసు ఊరుకోలేక పోయింది. తమను నమ్మిన భార్యలకు ద్రోహం చేశారు. కనుక ఆ డాక్టర్లను ఉద్యోగాల నుండి తీసివేయించవలసిందిగా ఆమె హాలు దద్దరిల్లి పోయేటట్టు కరుణాజనకంగా ప్రసంగించారు. సభ్యుల హృదయాలు కరిగిపోయాయి. ఆమె పట్టునెగ్గ లేదు గాని - ఆ ప్రసంగం చాలా చరిత్రాత్మకమయినది. అప్పటి సభ్యుల హృదయాలలో ఇంకా ఆ ప్రసంగం నిలిచే ఉన్నది ఇప్పటికీ.

"నా కెక్కువ చదువురాదు. కాని - దళితజాతుల పిల్లలకందరికీ విద్య రావాలని నా ఆకాంక్ష" అంటారు సుమిత్రాదేవిగారు. దళిత వర్గాలలోని స్త్రీ జనాభ్యుదయానికై ఈమె 1960లో హైదరాబాదు నగరానికి సీమపంలోఉన్న ఉప్పల గ్రామంలో బాపూజీ సేవాసదనాన్ని స్థాపించారు. అప్పటి ముఖ్యమంత్రి శ్రీ సంజీవయ్యగారు దానికి ప్రారంభోత్సవము చేశారు. ఈ సేవాసదనంలో 30 మంది స్త్రీలు, బాలికలూ ఆ సమీపంలో ఉన్న పాఠశాలకు వెళ్లి విద్యాభ్యాసం చేస్తున్నారు. ఈ సంస్థలో ఆర్యసమాజ పద్ధతి ననుసరించి ప్రార్థన, ఉదయ సంధ్య, కవాత్, డంబెల్స్ కఱ్ఱసాము మొదలైన కార్యక్రమాలు జరుగుతూ ఉంటాయి. రాజకీయ బాధితురాలిగా తనకు ప్రభుత్వమిచ్చిన పది ఎకరాల భూమినీ సుమిత్రాదేవిగారు ఈ సంస్థకు విరాళమిచ్చారు దీనికి ప్రభుత్వభవన మొకటి కవులుకు తీసుకున్నారు. ఆ గడువులోపల పెద్ద భవనాన్ని నిర్మాణం చేయాలని ఆమె ఆకాంక్ష.

సుమిత్రాదేవి గారికి పదవుల మీద ఆపేక్షలేదు. నిస్వార్థంగా సేవచేయటమే ఆమె అభిమతము. బ్రహ్మానందరెడ్డిగారు ముఖ్యమంత్రిగా ఉండగా - సుమిత్రాదేవిగారికి మంత్రి పదవి ఇవ్వాలన్న ప్రతిపాదన వచ్చింది. అప్పటి ఉపముఖ్యమంత్రి జె.వి.నరసింగరావు ఆమెను ఒప్పించటానికీ చాలా ప్రయత్నం చేశారు. కాని - ఆమె అంగీకరించలేదు. ఎందుకంటే - ఇంతకాలం నుంచీ తాను చేసిన త్యాగమంతా వమ్మయి పోతుందన్న భయమట!

సుమిత్రాదేవిగారు ఎవరికీ భయపడని వ్యక్తి, రజాకారు జమానాలో వాడవాడలకూ తిరిగి సంఘసేవ చేసే వారినందరినీ వ్యానులో ఎక్కించుకుని, ఏదోఒక పేరును అరెస్టు చేయించాలన్న ఎత్తు వాళ్లది. అలా వాళ్ల వ్యానులో ఎక్కిన సుమిత్రాదేవిగారు వాళ్లతో ఘర్షణపడి - వాదించి - గొడవచేసి వాళ్లను అడలగొట్టిన ధైర్యశాలి. రజాకార్లు కోపం కొద్ది, వ్యానులో ఊరంతా తిప్పి ఒక రాత్రివేళ హుసేనుసాగరు కట్టమీద అందరినీ విడిచివెళ్లిన సంఘటన నారీలోకం గర్వించతగినది. సుమిత్రాదేవి తలుచుకున్న పని చేయటానికి జంకని మనిషి. ఆ పని చేయటానికి ఎంతటి పెద్దవాళ్లనయినా ఎదిరించగల ధైర్యము కలది. రాజాబహద్దరు వెంకట్రామారెడ్డి కళాశాల భవనానికి శంఖుస్థాపనకు తేదీ నిర్ణయమైంది. భారత ప్రధాని ఆమూడవనాడు శంఖుస్థాపన చేయటానికి రానున్నారు. శంఖస్థాపన కావలసిన స్థలంలో హరిజనుల గుడిసెలు ఏభయివరకూ ఉన్నాయి. గుడిసెలు తీసివేస్తేగాని శంఖుస్థాపన చేయటానికి వీలుకాదు. స్థలము ఖాళీ చేయటానికి కలెక్టరు ఎన్నిమార్లు వెళ్లినా సుమిత్రాదేవి ఎదురయి "గుడిసెలు తాకితే మర్యాద దక్కదు. నేను ప్రాణాలయినా ఇస్తాను గాని గుడిసెలను తీయనివ్వను" అని గర్జించింది. కలెక్టరుకు కాళ్ళూ చేతులూ ఆడలేదు. అప్పుడు మేయరుగా ఉన్న మాడపాటి హనుమంతరావు పంతులుగారికా సంగతి తెలిసి సుమిత్రాదేవి ఇంటికి వెళ్లిచేతులు పట్టుకుని బ్రతిమిలాడారు. ఆమెదొక్కటే పట్టు "మరొక చోట స్థలము చూపించి ఈ గుడిసెలు అక్కడ వేసుకోవటానికి తగినంత డబ్బు ఇప్పించండి" మాడపాటివారు ఆమె చెప్పినట్టుగా నడచుకోక తప్పలేదు. కళాశాల భవనాల వెనక స్థలము ఇప్పించారు. గుడిసెల నిర్మాణము పూర్తి అయింది. తామిద్దరూ ఘర్షణ పడి ఒక కొత్త కాలనీ నిర్మాణానికి కారకులయిన దానికి గుర్తుగా సుమిత్రాదేవి దానికి మాడపాటి హనుమంతరావు కాలనీ అని పేరు పెట్టారు. ఈ సంఘటన తరువాత సుమిత్రాదేవి మాటకు ఎదురు పలకటం చాలా కష్టమని అంతా తెలుసుకున్నారు.

ఉదయపు వేళ ఆమె గృహ ప్రాంగణంలో జనం కిటకిటలాడుతూ ఉంటారు. విద్యార్థులు, రైతులూ, హరిజనులు, అనాథలు ఆమె దర్శనార్థం ఎదురుచూస్తూ ఉంటారు. విద్యార్థులకు సర్టిఫికెట్లు, ఉపకారవేతనాలు కావాలి. హరిజనులకు సేద్యభూమి ఇండ్లు కావాలి. అనాథలకు ఆశ్రయం కావాలి. ఇవీ వారి కోరికలు వారి కోరికలను సాధ్యమైనంత వరకూ తీర్చటమే ఆమె ధ్యేయము. దళితవర్గాలు కూడా అందరితో సమానంగా హక్కులనుభవించాలి. వారిని ఉన్నత స్థాయికి తీసుకురావాలి. ఇదే ఆమె ప్రగాఢ వాంఛ.

సుమిత్రాదేవి గారు ఏ కమిటీలో ఉన్నా ఆ కమిటీలో చర్చించ బోయే విషయాలను క్షుణ్ణంగా పఠించి పరిశీలించి ప్రతి అంశమూ న్యాయంగా జరుగుతున్నదా లేదా అని

గమనించే స్వభావము కలవారు. తిరుపతి దేవస్థానం కమిటీ మెంబరుగా - దేవస్థానం వారు ఢిల్లీలో నడుపుతున్న కళాశాల కమిటీ సభ్యురాలిగా ఆమె ముక్కుకు సూటిగాపోయి తనపని తాను చేసుకొని ఆ కమిటీలకే గౌరవ మాపాదించగల వివేకవంతురాలు.

సుమిత్రాదేవిగారు ఇంతవరకు నాలుగు పర్యాయములు శాసనసభకు ఎదురులేకుండా ఎన్నికయినారు. ఆమె స్థానములో ఆమె తప్ప మరొకరు ఎన్నిక కావటానికి అవకాశంలేదు. ఆమె పేరు వినగానే దళితవర్గాలు చేతులు జోడిస్తాయి. వాళ్ల కష్టసుఖాలను తెలుసుకుని, కావలసినవి సమకూర్చగలిగిన తల్లి ఆమె ఒక్కతేనని వాళ్లకు బాగా తెలుసు.

ఈ చల్లనితల్లి - దళితవర్గాల పాలిటి కామధేనువు నారీలోకానికి ఆదర్శప్రాయ-పదికాలాలపాటు వర్థిల్లి తన తేజస్సుతో తన చుట్టూ ఉన్న చీకట్లను పారద్రోలాలి.

యల్లాప్రగడ సీతాకుమారి గారు

మేలుజాతి వజ్రాలు చీకటిలో ఉన్నప్పటికీ వెలుగు ప్రసరించినదే తడవుగా తళుక్కున మెరుస్తాయి. కారు చీకట్లలో నుండి వెలుగు కొరకు తమ యావచ్ఛక్తినీ ధారపోసి తళుక్కున మెరిసిన మేలు జాతి వజ్రము శ్రీమతి యల్లాప్రగడ సీతాకుమారిగారు.

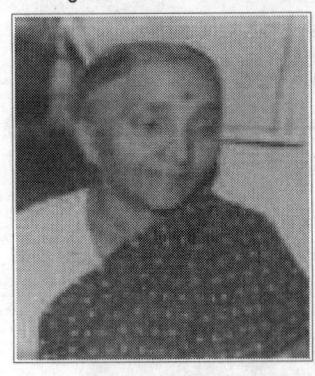

అది 1927 అప్పుడే సీతాకుమారిగారి భర్త నారాయణరావుగారు ఉద్యోగం రీత్యా హైద్రాబాదు నగరంలో పాదం పెట్టారు. అప్పటి కామె షోడశి. సంఘంలోని దురాచారాలనూ దేశంలోని అరాచకత్వాన్ని చూసి - సంఘాన్ని దేశాన్నీ ఏదేదో చేసేయాలన్న యువజన సహజమైన ఉద్రేకమూ ఉత్సాహమూ పొంగి పొరలుతూ ఉండేవి. కాని ఆనాటి హైదరాబాదు పరిస్థితులు వేరు.

ఆనాటి అవిభక్త హైదరాబాదు రాష్ట్రము ఆంగ్లేయుల పర్యవేక్షణ క్రింద నిజాం నవాబుల పరిపాలన క్రింద ఉండేది. ఆర్థిక సాంఘిక విద్యా వైజ్ఞానిక వికాసము హిందువులకు చాలా దూరములో ఉన్న కాల మది.

వీరేశలింగం పంతులు, గురజాడ అప్పారావు, రఘుపతి వెంకటరత్నం నాయుడుగార్లు వారి అనుయాయులమీద యువతరంమీద సంఘసేవా బీజాలను సంస్కరణ భావాలనూ వెదజల్లిన రోజులవి. సాహిత్యంపైన - సనాతనాచారాలపైన విప్లవం తీసుకు వచ్చిన రోజులవి. బయట ప్రపంచం ఎట్లా ఉన్నదో తెలియని నిజాం రాష్ట్రంలో కూడా అన్నిటా సంస్కరణ జరిగి తీరాలన్న ఉత్సాహోద్రేకాలతో యువతరం ఉవ్విళ్ళూరుతున్న రోజులవి. బ్రిటీషువారి పరిపాలనలో ఉన్న ఆంధ్ర ప్రాంతంనుండి అల్ప సంఖ్యలో వచ్చిన వార్తా పత్రికలతో ఉత్సాహాన్ని పుంజుకుంటూ ఉండేది యువతరం. నిస్వార్థంగా సంఘసేవ చేయటమే ఒరవడిగా పెట్టుకుని యువతరం పురోగమించిన కాలమది.

వాస్తవానికి హైదరాబాదు కాకతీయులరాజ్యములోనిదే అయినా - అక్కన్న మాదన్నలు ఆంధ్ర మంత్రులే అయినా ఆసఫ్‌జాహీ వంశీయులు పరిపాలనలో రాజ భాష

అయిన ఉర్దూ భాషా ప్రాధాన్యంవల్ల - మహ్మదీయులు, వారి తరువాత కాయస్థులూ మహారాష్ట్రులూ ప్రభుత్వ ప్రాతినిధ్యంలో ప్రముఖ స్థానాన్ని సంపాదించారు.

ఆంధ్రుల తేజస్సు సూర్యకాంత శిలవంటిది. కాస్త వేడి కిరణాలు సోకగానే సహజ శక్తులు ప్రజ్వరిల్లుతాయి. ఒకానొక సభలో ఆంధ్ర భాషలో ప్రసంగించటానికి అవకాశం లభించనందువల్లనే నిజాం రాష్ట్రం ఆంధ్ర జన కేంద్ర సంఘము ఉద్భవించింది. తరువాత అదే అనేక ఉద్యమాలకు కేంద్రమయింది.

ఆనాటి హిందువులకు బలమైన జాతీయ సంస్థ ఆర్య సమాజ మొక్కటే. విద్యావంతులయిన యువకులు ఆ సమాజ సమావేశాలకు విధిగా హాజరయ్యే వారు. ఆర్య సమాజంలో కూడా ఉత్తరాది పండితుల ఆధిక్యత, హిందీ భాషా ప్రాధాన్యత అల్లుకుపోయి ఉండేది. ఈ కారణంచేత కూడా యువకులు ఆంధ్ర జనసంఘ నాయకులు సర్వశ్రీ మాడపాటి హనుమంతరావు, కొండా వెంకట రంగారెడ్డి, బూరుగుల రామకృష్ణరావు, సురవరం ప్రతాపరెడ్డి, రామకృష్ణధూత్ మొదలైనవారు మహానాయకులై ఆంధ్ర మహాసభలు నడిపారు, విమోచనోద్యమంలోనూ మహాంధ్ర స్థాపనోద్యమంలోనూ ప్రముఖ పాత్ర వహించిన త్యాగపురుషులు. తెలుగు జాతిలో కలిగిన చైతన్యమే ఆంధ్ర మహాసభల ఆవిర్భావం. ఆంధ్ర మహాసభలలో అర్ధభాగం మహిళా సభలు.

మహమ్మదీయ స్త్రీలు ఘోషా ఉన్నప్పటికీ పరదాల చాటున విద్య నభ్యసించటానికీ - లేక వైజ్ఞానికంగా పురోగమించటానికీ - సమావేశాలు జరుపుకోవటానికీ ప్రభుత్వ పక్షాన కల్పింపబడేవి. కాని ఆంధ్ర స్త్రీలకు ముఖ్యంగా దిగువ మధ్య తరగతి స్త్రీలకు అటువంటి అవకాశాలు లేవు.

ఆనాటి హైదరాబాదులో ఘోషా పద్ధతి నవలంబించటమే గౌరవనీయమైన కుటుంబాలలోని స్త్రీ ఆచారము. పాటకజనం తప్ప సామాన్య కుటుంబాలలోని స్త్రీలయినా వీధులవెంట కాలినడకను కనబడటం అరుదు. బండ్లకు పరదాలు కట్టుకుని ఎంత దగ్గరి చోటికయినా వెళ్ళే ఆచారము. అటువంటి కాలములో శ్రీ మాడపాటి హనుమంతరావుగారి ప్రోద్బలముతో వారి సతీమణి మాణిక్యమ్మ పందిటి వీరరాఘవమ్మ, నడింపల్లి సుందరమ్మ, వడ్లకొండ వెంకటమ్మగార్లు సుల్తాను బజారులో నడింపల్లి వారింట సోదరీ సమాజాన్ని స్థాపించారు.

1928లో దసరా సమవేశానికి ఉరకలు వేసే హృదయంతో సీతాకుమారిగారు ఉద్రేకంతో స్త్రీ జనాభ్యుదయాన్ని గురించీ, సంఘ సంస్కరణను గురించీ, యువతీ యువకుల కర్తవ్యాన్ని గురించీ ఉపన్యాసం ఇచ్చారు. సీతాకుమారిగారి జీవితంలో అది ఒక అపూర్వ

సంఘటన. ఆమె సాంఘిక జీవితానికి అది నాంది.

సీతాకుమారి గారి ఉపన్యాసధోరణి పదిమంది చెవినపడ్డది. ఆ కాలముతో పదిమందిలో నిలబడి ఉపన్యాసాలు ఇవ్వగలిగిన ఆంధ్రస్త్రీలు ఎందరు ఉన్నారు? లేనే లేరంటే ఇప్పుడు నమ్మలేని పరిస్థితి. వ్రాయించుకుని వచ్చిన ఉపన్యాసాలను గజగజ వణుకుతూ చదవటమే బ్రహ్మాండమనిపించిన రోజుల్లో సీతాకుమారిగారు ధైర్యముగా వేదికమీద నిలబడ్డారు.

ఆ రోజుల్లో హైదరాబాదులో స్త్రీలసభలు జరపటం కంటె దుర్ఘటనమైనది మరొకటి లేదు. సోదరుల సహాయము చాలా అవసరమయ్యేది. ఆ ఉపన్యాసాలన్నీ వద్దకొండ నరసింహారావుగారు గోలకొండపత్రికలో అచ్చువేయించేవారు.

హైదరాబాదు నగరంలో అఖిలభారత మహిళాసభ శాఖ ఒకటి 1916లో శ్రీమతి కజిన్సు ఆరంభించారు. అప్పటి విద్యావంతులూ ముందడుగువేసిన మహిళలూ - శ్రీమతులు సరోజినీ నాయుడు. లేడీహైదరీ, రుస్తుంజీఫర్దుంజీ మొదలైన వారు స్త్రీల ఆర్థిక సాంఘిక విద్యావైజ్ఞానికాభివృద్ధిని కలిగించే సంఘాన్ని ఒకటి స్థాపించారు. ఈ సంఘానికి నిజాం ప్రభువుగారి కోడలు రాజకుమారి దుర్రెషవర్ బేగం అధ్యక్షురాలు. ఈ సంఘ సమావేశాలలో తెలుగుభాషకు ప్రతినిధిగా సీతాకుమారిగారు ఉపన్యాసాలిచ్చేవారు.

1929లో కస్తూరిబాయి గాంధి భారతదేశమంతటా పర్యటన చేస్తూ హైదరాబాదు వచ్చారు. కస్తూరిబాయి గాంధి ప్రత్యేకంగా స్త్రీలకోసం ప్రేమ్ థియేటర్‌లో ఏర్పాటు చేసిన సభలో సీతాకుమారి గారు పాల్గొనడం చాలా విశేషమయినది.

1932లో ఖమ్మంమెట్టులో జరిగిన నిజాంరాష్ట్రాంధ్ర మహిళాసభకు సీతాకుమారిగారు అధ్యక్షురాలు. ఏడాది బిడ్డను ఎత్తుకుని వేదికనెక్కి సాంఘికదురాచారాలవల్ల స్త్రీలకు సంఘములో జరిగే అన్యాయాలనూ, సనాతనుల అభివృద్ధి నిరోధక మార్గాలనూ గురించి గంభీరోపన్యాసం చేశారు. అతిబాల్య వివాహాలు, ఘోషాపద్ధతి నిర్మూలన, వితంతువివాహాలు మొదలైన తీర్మానాలు ప్రవేశ పెట్టారు. వేదిక అదిరిపోయింది. సభికులు విభ్రాంతులయ్యారు.

అప్పుడు సనాతనులందరూ ఒక్కటై - హిందూ ధర్మము నశించిపోతుందన్న భయంతో అల్లరి చేయటమే కాక - సభనాపుచేయించాలన్న ఉద్దేశ్యంతో జిల్లాకలక్టరును పిలుచుకు వచ్చారు. ఆ సమయంలో మాడపాటివారు కలెక్టరుతో మాట్లాడి అవసరమనిపిస్తే తనను నిర్బంధములోకి తీసుకోవలసినదనీ - సభను మాత్రం ఆపుచేయవద్దనీ సర్దిచెప్పారు. అప్పటినుండీ సీతాకుమారిగారు ఎక్కడ ఉపన్యాసాలివ్వటానికి వెళ్ళినా సి.ఐ.డీ. లు

ప్రత్యక్షమయ్యేవారు. ప్రభుత్వాన్ని పడగొట్టే ప్రయత్నాలు చేస్తున్నారన్న అపవాదు ప్రబలింది. ఆ రోజుల్లో ఈ విధంగా రాజకీయనాయకులపైన సంఘ సంస్కర్తలపైన పోలీసు శాఖపెత్తనం చేస్తూ ఉండేది.

జాతీయోద్యమం ముమ్మరంగా సాగుతున్న రోజుల్లో రామకృష్ణధూత్‌గారు అఖిల భారత చరఖా సంఘానికి హైదరాబాదులో ఒక శాఖను ఆరంభం చేశారు. ఖాదీ వస్త్రాల అమ్మకం – ప్రచారం జరుగుతూ ఉండేది. సీతాకుమారిగారు తాను ధరించటమే కాకుండా ప్రచారం చేస్తూ ఉండేవారు. కుమారి పద్మజానాయుడు గారి అధ్యక్షతన హైదరాబాదులో 'స్వదేశీ వస్తువులనే కొనండి' అన్న ఉద్యమము నడిచింది. ఈ ఉద్యమము రాజకీయమైనది కాదనీ ఆర్థిక సంబంధమైన అభివృద్ధిని సూచించేదని మితవాదులు కూడా దీనిలో చేరారు. బహిరంగ సభలు రాట్నాలతో సూత్రయజ్ఞం, స్త్రీల సభలూ ప్రారంభించారు. అప్పుడు చాలమంది స్వదేశీ వస్తువులనే వాడుకొంటామని ప్రమాణాలు చేశారు. ఖద్దరు ప్రచారం చేశారు. సీతాకుమారిగారు దీనిలో ఎక్కడ చూసినా తానే అయి కృషి చేశారు.

1930లో గాంధీజీ చరిత్రాత్మకమయిన సత్యాగ్రహాన్ని ప్రారంభించారు రాజకీయ సంచలనంతో దేశమంతా ఉడికిపోయింది. ప్రభుత్వం దమన నీతిని విజృంభింపచేసింది. హైదరాబాదులో అనేక సంస్థలపైన పోలీసుల దృష్టిపడ్డది. హరిజన పత్రికను హైదరాబాబు రాష్ట్రంలోకి రాకూడదని ప్రభుత్వంనిషేధించింది. అయితే వేలకొలదీ పత్రికలు అహమ్మదాబాదులో అచ్చుకాబడి రహస్యంగా ప్రతి ఊరికీ చేరేవి. హైదరాబాదులోని నవయువకులు ఒక పత్రికను సేకరించి రహస్యంగా సైక్లోస్టైల్ చేయించి వందల కాపీలను పంచుతూ ఉండేవారు. సీతాకుమారిగారు భర్తతోపాటు ఈ ఉద్యమంలో పాల్గొని ఉత్సాహంతో కృషిచేశారు.

హైదరాబాదు నగరంలో మధ్యతరగతి ఆంధ్రమహిళలను నవచైతన్యంతో ముందుకు నడిపించ గల సంఘము లేదన్న లోపాన్ని 1936లో సీతాకుమారి గారు తీర్చారు. ఇల్లిందల సరస్వతీదేవి, చెన్నాప్రగడ సరస్వతిగార్లతో తమ యింటిలోనే దసరాపండుగనాడు డాక్టరు లక్ష్మీనరసమ్మ గారి ఆధ్వర్యము క్రింద ఆంధ్ర యువతీ మండలిని స్థాపించారు. ఆ రోజుల్లో ఆంధ్ర శబ్దాన్ని చూస్తూనే ప్రజలు భయపడిపోయేవారు. సభ్యురాండ్రు 'ఆంధ్ర'ను చేర్చటానికివెనుకాడారు. కాని సీతాకుమారిగారు 'ఆంధ్రశబ్దము ఉంటేనే దానికి భవిష్యత్తు ఉంటుంది. ఆ మాట ఉంటేనే అందరిలో ఉత్సాహం కలుగుతుంది. ఆంధ్ర శబ్దాన్ని తీసివేసిన తరువాత మండలి ఉండ'దన్నారు. ఈ ఘర్షణ తరువాతనే సమాజము ఆంధ్ర యువతీమండలిగా స్థాపితమయింది! ఆంధ్ర యువతీ మండలికి ఆదర్శము "అసతో మా

సద్గమయ, తమసోమా జ్యోతిర్గమయ" సూచించినవారు సురవరం ప్రతాపరెడ్డిగారు. మండలికి వనపర్తి, గోపాలపేట మొదలైన సంస్థానాల రాణులు పోషకురాండ్రు. గొప్పయింటి ఇల్లాండ్రు సభ్యురాండ్రు. వీరందరి ఘోషా పద్ధతి యువతీ మండలి కార్యక్రమాలకు హాజరుకావటంతో క్రమంగా మాయమయింది.

ఆనాడు హైదరాబాద్ రాష్ట్రంలో గోలకొండ ఒక్కటేఒక్క తెలుగు పత్రిక. దానికి సురవరం ప్రతాపరెడ్డిగారు సంపాదకులు, సీతాకుమారిగారు స్త్రీ విద్యా, స్వాతంత్ర్యం, ప్రౌఢవివాహాలు, కన్యాశుల్కం, వరకట్నం, వితంతువివాహాలు, సాంఘిక దురాచారాలు, మూఢనమ్మకాలు వీటిమీద కటువుగా పటువుగా అనేకంగా వ్యాసాలు వ్రాసి గోలకొండ పత్రికకు పంపించేవారు. ప్రతాపరెడ్డి గారు ఆమెకు రోషం వచ్చేటట్టుగా జవాబులు మారుపేర్లతో వ్రాసేవారు. అదీ ఒకందుకు మంచిదే అయింది. ఆమెకు రోషం వచ్చినప్పుడు ఉత్తేజకరమైన వ్యాసాలు వ్రాసేవారు. వాటిని చూసి ప్రతాపరెడ్డిగారు సంతోష పడేవారు.

ఆనాడు రచయిత్రుల సంఖ్య చాలా తక్కువ. సీతాకుమారిగారు సారస్వతాన్ని కూడా సంఘసేవకు ఉపయోగించుకున్నారు.

అందరివలె ఉపన్యాసాలిచ్చి చేతులు దులుపుకుని ఇంటికి వచ్చే రకం కాదు సీతాకుమారిగారు. ఎక్కడయినా స్త్రీలకు అన్యాయం జరిగిందని తెలియగానే అర్ధరాత్రి అపరాత్రి పరుగులెత్తేవారు. అక్కిరెడ్డిపల్లి అనే గ్రామంలో ఆనాటి నిజాం ప్రభుత్వ రక్షకభటులు అనేకంగా స్త్రీలను బాధించి అవమానపరచి అక్కడి ప్రజలను భయభ్రాంతులను చేశారని తెలిసింది. విచారణకు వెళ్లిన కమిషన్‌లో సీతాకుమారిగారు ఒకరు. ఆ స్త్రీలకు ధైర్యం చెప్పి కమిషన్ వారి ముందు నిజం చెప్పించి - వారికి న్యాయం చేకూర్చే ప్రయత్నం చేశారు. 1947, 1949 ప్రాంతాలలో రజాకార్లు దోపిడీలు స్త్రీలకు అవమానాలు చేసిన రోజుల్లో కల్లోలిత ప్రాంతాలలో పర్యటనచేసి ఆ స్త్రీలకు ధైర్యం చెప్పిన వారిలో సీతాకుమారిగారు ముఖ్యులు.

తన సహాయ మపేక్షించి ఎవరు వచ్చినా ఆమె కాదనరు. అందువల్ల కలిగే సాంసారికమైన ఇబ్బందులను లక్ష్యపెట్టరు. పోలీసు చర్యానంతరం మహమ్మదీయులపై హిందువులు కసిదీర్చుకోవటానికి వాళ్లమీద అత్యాచారాలు చేశారు. కొందరు మహమ్మదీయస్త్రీలు సీతాకుమారిగారి పెరటి తలుపు తట్టి తమకు రక్షణ యిమ్మనేవారు. వాళ్లను చేరదీయవద్దని హిందువులు వీధి తలుపు తట్టేవారు సీతాకుమారిగారు పెరటి తలుపు రహస్యంగా తెరచి వాళ్లను ఒక గదిలో ఉంచి తలుపువేసి - వీధి వాకిలి దగ్గర ఉన్న వాళ్ళతో మంచి మాటలు మాట్లాడి పంపేవారు.

సీతాకుమారిగారి సాంఘిక సేవ - రాజకీయరంగం ఒక ఎత్తూ - పతితలూ పరిత్యక్తలూ వితంతువులూ అనాథలను ఆదుకోవటం ఒక ఎత్తూ.

అత్తవారింటి నుండి అపవాదులతో వెళ్లగొట్టబడిన స్త్రీలూ - భర్తలచే పరిత్యజింపబడిన భార్యలూ - వితంతువులు - అనాథలూ - ఇష్టంలేని పెళ్లిళ్ళను తప్పించుకుని పారిపోయి వచ్చిన కన్యలూ - వీరందరికీ సీతాకుమారిగారి ఇల్లు ఆశ్రయము.

ఒక్కొక్కరు గంపెడు సమస్యలతో వేళగాని వేళల్లో వచ్చి తలుపు తడుతూ ఉంటారు. అలా వచ్చిన వారెవరూ తిరస్కరింపబడరు. నెలలకొద్దీ ఇంట్లో సభ్యుల్లా ఉండిపోతూ ఉంటారు. ఎన్నో వితంతు వివాహాలు ఆమె చేతి మీదుగా జరిగాయి. పరిత్యక్తలు ఎందరో సంపాదనాపరులైనారు. కొందరు తిరిగి వివాహాలు చేసుకున్నారు. అనాథ లెందరో సనాథలైనారు.

సంఘంలో కొత్తగా వచ్చిపడ్డ సమస్య పెళ్లికాని తల్లులు. వాళ్ళు ఏ అఘాయిత్యమూ చెయ్యకుండా ధైర్యం చెప్పి, హాస్పిటల్లో పురుళ్ళు పోయించటం సీతాకుమారిగారు తన ధర్మంగా భావించారు. అయితే - ఇంటికి రాగానే ఆమెకు చెప్పకుండా బిడ్డలను ఏ అనాథ శరణాలయానికో చేర్చి "అమ్మయ్య" అనుకోవటం సీతాకుమారిగారి వంతుగా పరిణమించింది. అటువంటి బిడ్డ సుప్రియ పేరుతో సీతాకుమారిగారి యింట పెరుగుతున్నది.

1949లో సీతాకుమారిగారు మదరాసు యూనివర్సిటీ విద్వాన్ పరీక్షలో ఉత్తీర్ణులయినారు. సికిందరాబాదులో కీస్ గర్ల్స్ హైస్కూలులో పండితురాలిగా పనిచేశారు.

1947లో స్టేట్ కాంగ్రెసు సత్యాగ్రహం చేయటానికి నిశ్చయించింది. నాయకులు ఒక్కొక్కరే అరెస్టయినారు. సీతాకుమారిగారుకూడా ఒక బాచ్‌లో వెళ్ళటానికి నిశ్చయమైంది. కాని - గాంధిజీ వద్దనుండి స్త్రీలను పంపవద్దంటూ ఆదేశమూ వచ్చింది. సత్యాగ్రహం చేసి జైలుకు వెళ్లకపోయినా సీతాకుమారిగారు ఊరికే చేతులు ముడుచుకుని కూర్చోలేదు. ప్రచారము, రహస్య సమావేశాలూ నిర్మాణ కార్యక్రమమూ ఆమె దినచర్యగా మారాయి. 1957లో బాన్స్వాడా నుండి శాసనసభకు ఆమె ఎన్నికయినారు. ఈమె విదుషిగా - సంఘ సేవికగా తాను కలలుకన్న విశాలాంధ్రలో శాసనసభ్యురాలిగా ఆ అయిదు సంవత్సరాలూ నిరూపించుకున్నారు.

సీతాకుమారిగారి యింటికి అనాథలూ పతితలూ పరిత్యక్తలూ వస్తూ ఉండేవారు. వాళ్ల సమస్యలు పరిష్కారం కావడానికి ఎంత కాలం పట్టినా సీతాకుమారిగారు ఓపికతో తగిన సహాయం చేస్తూనే ఉండేవారు.

ఆంధ్ర మహిళా సభలో కండెన్సుడు కోర్సులకు టీచరుగా సీతాకుమారి గారు పనిచేసారు.

సీతాకుమారిగారికి "ఆంధ్ర తేజము" "ఆంధ్ర పౌరుషము" అంటే గుండె ఉరకలు వేస్తుంది. సమైక్యాంధ్ర కావాలని ప్రధాని ఇందిరా గాంధికి టెలిగ్రాం ఇచ్చారని తెలియగానే ప్రత్యేక తెలంగాణా వాదులు ఆమె ఇంటిని చుట్టు ముట్టి - దహనం చేయటానికి సిద్ధపడగా పోలీసు రక్షణ కావలసినవచ్చింది.

సీతాకుమారిగారు ఎన్నో కథానికలు వ్రాశారు. కాని సంపుటీకరించలేదు. కాని వారు రచించిన 'మందారమాల' ఎనిమిదవ తరగతికి, వ్యాసాలు బి.ఏ.కు పాఠ్య గ్రంథాలయ్యాయి.

హైదరాబాదు నగరంలో తమ నలభై అయిదు సంవత్సరాల జీవితాన్ని సింహావలోకనం చేసుకుంటూ హైద్రాబాదు "ఎంత మారింది - ఎంత మారింది?" అనుకుంటారు సీతాకుమారిగారు ఆమె కన్న స్వప్నాలు కొన్నయినా ఫలించాయని తృప్తి పొందుతూ ఉంటారు.

"నేను చేసినది చాలా స్వల్పము. మహాసముద్రంలో మంచినీటి బొట్టు వంటిది మాత్రమే" అంటారు ఆమె.

సీతాకుమారిగారు విసుగూ అలుపూ ఎరుగని సంఘసేవిక అనాథుల పాలిట కల్పవృక్షము. సాంసారిక జీవితములో దేశ సేవకూడ ఒక బాధ్యతగా గ్రహించి కృషిచేసిన మహిళామణి - మరపురాని మనిషి.